D1771655

புனலும் மணலும்

ஆசிரியரின் பிற நூல்கள்

சிறுகதைகள்

கடைத்தெரு கதைகள் (1974)

மோகபல்லவி (1974)

காமினி மூலம் (1975)

மாதவன் கதைகள் (1984)

ஆனைச்சந்தம் (1990)

அரேபியக் குதிரை (1995)

ஆ. மாதவன் கதைகள் (முழுத்தொகுப்பு, 2002)

நாயனம் (2016)

நாவல்கள்

புனலும் மணலும் (1974)

கிருஷ்ண பருந்து (1982)

தூவானம் (1990)

மொழிபெயர்ப்பு நூல்கள்

சன்மானம் (1974)
(காரூர் நீலகண்ட பிள்ளையின் மலையாள நாவல்)

இனி நான் உறங்கட்டும் (2002)
(பி. கே. பாலகிருஷ்ணனின் மலையாள நாவல்)

புனலும் மணலும்

ஆ. மாதவன் (1934 – 2021)

திருவனந்தபுரத்தில் பிறந்தவர். பெற்றோர் குமரி மாவட்டத்தைச் சேர்ந்த செல்லம்மாள், ஆவுடைநாயகம். பள்ளி இறுதி வகுப்புவரையில் மலையாளக் கல்வி கற்ற மாதவனுக்கு மலையாள இலக்கியப் பரிச்சயம் தந்த வேகம், தமிழ்ப் படைப் புலகின் புதுமைப்பித்தன், க.நா.சு., லா.ச.ரா., தி. ஜானகிராமன், ந. பிச்சமூர்த்தி, கி. ராஜநாராயணன், சுந்தர ராமசாமி என்றெல்லாம் பரிச்சயம் கொள்ள வைத்தது.

மலையாளம் கலந்த தமிழ் பேசும் திருவனந்தபுரத்துச் சாலைக் கடைத்தெரு வட்டாரமும், அதன் மக்களும் வியாபார உலகில் வாழ்வு நடத்தும் மாதவனுக்கு இலக்கியப் படைப்புச் சக்தியாக அமைந்தனர். 1974இல் வெளிவந்த 'புனலும் மணலும்' முதல் நாவல். தொடர்ந்து வெளிவந்த 'கிருஷ்ணப் பருந்து' நாவல் போன்றவை திருவனந்தபுரத்துத் தமிழ் வாழ்வுச் சலனங்களின் பிரதிபலிப்புச் சித்திரங்களாயின.

'இலக்கியச் சுவடுகள்' என்ற திறனாய்வு நூலுக்காக சாகித்திய அகாதெமி விருது பெற்றுள்ளார்.

இவர் 5.1.2021 அன்று காலமானார்.

● அன்பார்ந்த வாசகருக்கு,

வணக்கம்.

காலச்சுவடு நூலை வாங்கியமைக்கு நன்றி.

நூலின் உள்ளடக்கம், உருவாக்கம், அட்டைப்படம் இன்ன பிற அம்சங்கள் பற்றிய உங்கள் கருத்துகளையும் ஆலோசனைகளையும் காலச்சுவடு வரவேற்கிறது. தகவல், எழுத்து, வாக்கியப் பிழைகள் தென்பட்டால் அவசியம் தெரிவித்து உதவுங்கள். நூல் தயாரிப்பில் கடும் குறைபாடு இருப்பின் மாற்றுப் பிரதி உங்களுக்குக் கிடைக்கக் காலச்சுவடு ஏற்பாடு செய்யும்.

மின்னஞ்சல்: publisher@kalachuvadu.com

காலச்சுவடு நாகர்கோவில் அலுவலகத்திற்குக் கடிதம் அனுப்பலாம்.

தங்கள்
எஸ்.ஆர். சுந்தரம் (கண்ணன்)
பதிப்பாளர் — நிர்வாக இயக்குநர்

Unauthorised use of the contents of this published book, whether in e-book or hardcopy format, for any type of Artificial Intelligence (AI) training — including but not limited to Machine Learning, Deep Learning, Natural Language Processing, Computer Vision, Chatbot Training, Image Recognition Systems, Recommendation Engines, and Language Models — is strictly prohibited without prior licensing from the publisher. Any such unauthorised use may result in legal action.

ஆ. மாதவன்

புனலும் மணலும்

காலச்சுவடு பதிப்பகம்

புனலும் மணலும் ♦ நாவல் ♦ ஆசிரியர்: ஆ. மாதவன் ♦© கலைச்செல்வி, மலர்ச்செல்வி ♦ முதல் பதிப்பு: ஜூன் 1974, திருத்தப்பட்ட காலச்சுவடு பதிப்பு: டிசம்பர் 2006, பத்தாம் பதிப்பு: ஆகஸ்ட் 2025 ♦ வெளியீடு: காலச்சுவடு பப்ளிகேஷன்ஸ் (பி) லிட்., 669 கே. பி. சாலை, நாகர்கோவில் 629001

punalum maNalum ♦ Novel ♦ A. Madhavan ♦ © S. Kalaiselvi, S. Malarselvi ♦ Language: Tamil ♦ First Edition: June 1974, Revised Kalachuvadu Edition: December 2005, Tenth Edition: August 2025 ♦ Size: Demy 1 x 8 ♦ Paper: 18.6 kg maplitho ♦ Pages: 168

Published by Kalachuvadu Publications Pvt. Ltd., 669 K.P. Road, Nagercoil 629001, India ♦ Phone: 91-4652-278525 ♦ e-mail: publications @kalachuvadu.com ♦ Printed at Manipal Technologies Limited, Manipal 576104, Karnataka

ISBN: 978-81-89359-53-9

08/2025/S.No. 183, kcp 5954, 18.6 (10) uss

எனக்குத் தமிழ் பயில்வித்த தந்தைக்கும்
கதைகள் சொன்ன அன்னைக்கும்

நாவலாசிரியர் ஆ. மாதவன் மேற்கொண்ட
திருத்தங்களுடன்கூடிய பதிப்பு இது.

புனலும் மணலும் –
ஒரு மறுவாசிப்பு

ஏறத்தாழ முப்பது ஆண்டுகளுக்கு முன்பு எழுதப் பட்ட ஒரு நாவல் சமகால வாசிப்பிலும் கவனத்துக் குரியதாகத் தொடர இரண்டு காரணங்கள் தோன்று கின்றன. ஒன்று, எழுதப்பட்ட மொழியில் ஆகச் சிறந்த படைப்பாக அது இருக்க வேண்டும். அல்லது அந்தப் படைப்பின் மையப் பிரச்சனை இன்றைய சூழலுக்கும் பொருந்துவதாக இருக்கவேண்டும்.

ஆ. மாதவன் எழுதிய 'புனலும் மணலும்' (முதற் பதிப்பு 1974) இன்று வாசிக்கப்படும்போதும் நிகழ் காலத்தோடு உறவுகொண்ட படைப்பாகவே தென்படு கிறது. அதற்குக் காரணம் நாவலின் கலைப் பெறுமதி யல்ல. ஆ. மாதவனின் பிற நாவல்களுடன் ஒப்பிட்டால் மாற்றுக் குறைந்த படைப்பாகவே இதைக் கருத முடியும். எதார்த்தத் தளத்தில் அதிக ஜோடனையில்லா மல் சொல்லப்பட்ட ஒரு கதை. கதையின் உள்ளோட்ட மாக மனித மனத்தின் அன்புக்கு ஏங்கும் வேட்கையை யும் அதற்கு ஆதரவான பரிவு நிலையையும் அதை நிராகரிக்கும் குரூரத்தையும் தற்சார்பற்ற நிலையில் ஆராயும் மனப்பாங்கு. இவைதாம் இந்நாவலைக் குறிப்பிடத்தக்க படைப்பாக நிலைநிறுத்தியிருக்கின்றன. வெளிவந்த காலத்தில் இந்நாவல் என்ன வரவேற்புப் பெற்றது, எத்தகைய விமர்சனங்கள் முன்வைக்கப் பட்டன என்பது பற்றிய விரிவான தகவல்கள் இன்று கைவசமில்லை. வட்டார வழக்கில் எழுதப்பட்ட நாவல் என்ற மதிப்புரையும் ஆற்று மணல் வியாபாரம் பற்றித் தெரிந்துகொள்ள இந்நாவல் உதவும் என்று பகடி செய்திருந்த திறனாய்வும் நினைவில் தங்கியிருக்கின்றன.

தமிழ்ப் புனைகதையின் களம் குடும்பப் பின்னணியிலிருந்து விலகி பரந்த பின்புலமாக உருப்பெற்று வந்த காலப் பகுதியில் எழுதப்பட்ட நாவல் 'புனலும் மணலும்'. சம்பிரதாயமான குடும்பப் பின்னணியும் அதன் சிக்கல்களும் இந்த நாவலிலும் உண்டு. ஆனால் அந்தச் சிக்கல்கள் மட்டுமே நாவலின் மையமல்ல. அவைதாம் நாவலின் மையப் பொருள் என்று புரிந்துகொண்டதன் காரணமாகவே எதிரான விமர்சனங்கள் எழுந்தன என்று இப்போது ஊகிக்க முடிகிறது. ஒரு படைப்பு அது எழுதப்பட்ட காலத்தையொட்டிய பிரச்சனைகள் சார்ந்தும் மனநிலை சார்ந்துமே வாசிக்கப்படுகிறது. அந்தப் பிரச்சனைகள் கலைந்து போவதுடனும் மனநிலை மாறுவதுடனும் படைப்பும் காலாவதியாகிவிடுகிறது. அதை முன்வைத்து உருவாக்கப்பட்ட மதிப்பீடுகளும் செல்லாதவையாகின்றன. சொல்லப்பட்ட விமர்சனங்களைப் பின் தள்ளிவிட்டு 'புனலும் மணலும்' நாவல் இன்றும் சமகாலத்தன்மையுடன் நிலைத்திருக்கிறது. இன்று பரவலாக விவாதிக்கப்படும் பிரச்சனைகளுடன் படைப்பு காலத்தைக் கடந்து உறவுகொண்டிருக்கிறது. நாவல் எழுதப்பட்டு வாசிக்கப்பட்ட முன்கால மனநிலை இன்று மாறியபோதும் நாவல் நிகழ்காலத்துக்குரியதாக விளங்குவது, சமகாலப் பிரச்சனைகளின் தொடர்பால் என்று கருதுகிறேன். மேலும் அழுத்தமாகச் சொல்வதென்றால் இன்றைய பிரச்சனைகள் பற்றிய அறிகுறிகளை நாவல் பல ஆண்டுகளுக்கு முன்பாகவே அடையாளம் கண்டிருக்கிறது. படைப்பில் நிகழும் இந்த 'தீர்க்கதரிசன'மே 'புனலும் மணலும்' நாவலை மறுவாசிப்பில் கூடுதல் கவனத்துக்குரியதாக்குகிறது.

'புனலும் மணலும்' நாவல் வெளியான அதே காலப் பகுதியில் அதே வெளியீட்டாளரால் (வாசகர் வட்டம், சென்னை) பதிப்பிக்கப்பட்ட வேறு இரு நாவல்களும்கூட அவை வெளிவந்த காலத்தைவிட இன்று பொருத்தமானவையாகத் தோன்றுகின்றன. சா. கந்தசாமியின் 'சாயாவனம்', க. சுப்ரமணியனின் 'வேரும் விழுதும்' ஆகியவை அந்த நாவல்கள். 'புனலும் மணலும்' நாவல் ஆற்றிலிருந்து மணல் வாரும் தொழிலின் பின்னணியில் எழுதப்பட்டது. 'சாயாவனம்' கானகச் சூழல் சர்க்கரை ஆலைக்குப் பயன்படுத்தப்படும் மாற்றத்தைப் பின்புலமாகக் கொண்டது. அணைக்கட்டுப் பகுதியில் நேரும் வாழ்க்கைச் சிக்கல்களை மையமாகக் கொண்டது 'வேரும் விழுதும்.' இந் நாவல்களையும் குறித்து இன்று யோசிக்கும் போது தோன்றும் ஒற்றுமை - இவை மூன்றும் எழுதப்பட்ட காலத்தை மீறியவை என்பதே. எழுத்தாளர்களின் ஆரூடத் திறமையோ தீர்க்கதரிசனமோ அல்ல; வாழும் உலகைப் பற்றிய நுட்பமான கவனமே இதற்கு உதவியது என்று நம்புகிறேன்.

சம்பிரதாயமான ஒரு கதையாடலாகக் கருதப்பட வேண்டிய 'புனலும் மணலும்' நாவல் சமகாலச் சிக்கல் சார்ந்து விவாதிக்கப்படக் கூடிய இன்றைய படைப்பாகப் பொருள்கொள்ளுவது இந்தக் கவனத்தால்தான். இப்போதைய வாசிப்பில் நாவல் இரு தளங்களில் இயங்குவதைக் காணலாம். முதலாவது தளம் நாவலாசிரியர் உருவாக்கியது. இரண்டாவது தளம் காலமும் சூழலும் இணைந்து முன்வைப்பது. இந்த இரண்டு தளங்களிலும் பிசிறில்லாமல் ஆராய முடிகிறது என்பது நாவலின் பலம்.

மொத்தப் படைப்புகளையும் பகுத்தாய்ந்து ஆ. மாதவனின் புனைவுலகை நடப்பியல் சார்ந்தது என்று வகைப்படுத்தலாம். ஆனால் அப்படிப்பட்ட வகைப்பாடு எளிமையானதாகவும் மேலோட்டமானதாகவுமே அமையும். காரணம், நாம் காணக் கூடிய எதார்த்த உலகின் காட்சிகளையும் மனிதர்களையும் சம்பவங்களையும் புனைவாக்கும்போது ஆ. மாதவன் மேற்கொள்ளும் தேர்வு. இந்தத் தேர்வுதான் அவரது பார்வையையும் படைப்பின் இயல்புகளையும் தீர்மானிக்கிறது.

நமக்கு அன்றாட வாழ்வில் தட்டுப்படும் மனிதர்களும் நிகழ்ச்சிகளுமே மாதவனின் புனைவுலகிலும் இடம்பெறுகின்றன. நமக்கு அவை சாதாரண மனித நடவடிக்கைகள் மட்டுமாகக் கவனத்தில் பதிந்து கலைந்து போகின்றன. நமது பார்வைப் படலத்துக்குப் பின்னுள்ள அந்த உலகின் இயக்கத்தை மையமாகக் கொண்டது அவரது பார்வை. அதன் நேர் அல்லது எதிர் விளைவுகள்தாம் அந்த உலகின் இயல்பு. அந்த இயல்புகளை நமது ஆகிவந்த மதிப்பீடுகளைச் சார்ந்து தீமை என்று அடையாளப்படுத்திவிடலாம். தீமையும் மனித இயல்புதான் என்ற அடிப்படையில் உருவாவதுதான் மாதவனின் படைப்புகள். அவை குறித்த பண்பாட்டு அதிர்ச்சிகளை அவரது எழுத்துக்களில் காணவியலாது. அந்த உலகின் நீதியும் நியமமும் அவை; இதில் சன்மார்க்க சீலத்தின் வீழ்ச்சி எதுவும் இல்லை என்ற தொனி. 'என்னமோ கற்பு கற்பு என்று கதைக்கிறீர்களே, இதுதான், ஐயா பொன்னகரம்' என்ற எள்ளலுக்குச் சமமான தொனி. இந்தத் தொனி பெரும்பாலும் கதை மாந்தர்களிடமும் சில சமயங்களில் ஆசிரியர் கூற்றாகவும் ஒலிக்கிறது.

தனது சமகால எழுத்தாளர்களிடமிருந்து ஆ. மாதவனைத் தனித்து நிறுத்தியது மனித மனசின் இருள் வெளிகளை ஆராயும் முனைப்புத்தான். இந்த நோக்கில் மாதவனின் படைப்புலகம் அவர் ஆற்றலுடன் எழுதிக்கொண்டிருந்த காலத்தில் அணுகப்படவில்லை. வெறும் நடப்பியல் எழுத்தாள

ராகவும் வட்டார வழக்கைப் படைப்பில் திறம்படக் கையாண்ட வராகவும் மட்டுமே கருதப்பட்டிருக்கிறார். அவரது முழுக் கதை களின் தொகுதிக்கு ஜெயமோகன் எழுதியுள்ள பின்னுரையே ஆ. மாதவனை மதிப்பிடும் முதலாவது விமரிசன முயற்சி. ஆனால் அறம் அறமின்மை அல்லது நன்மை தீமை என்ற கருத்து நிலைகள் பற்றிய தனது விளக்கங்களை உரைத்துப் பார்க்கத் தோதான கல்லாக மாதவனின் படைப்புலகை ஜெய மோகன் பயன்படுத்திக்கொள்ளுகிறார் என்ற சந்தேகத்தை யும் குறிப்பிட்ட அணுகுமுறை ஏற்படுத்தாமலில்லை.

மாதவனின் படைப்புலகில் அறம் பற்றிய எந்த அலட்ட லும் இல்லாமலேயே மனிதனின் சுபாவம் சித்திரிக்கப்படுகிறது. அது தீமை எனில் இயற்கை, நன்மை எனில் அதுவும் இயற்கை என்ற பாரபட்சமற்ற பின்னணியிலேயே உருவாகிறது அந்த உலகம். மானுட உறவுகளில் இரக்கமின்மை, பகை, ஏய்ப்பு, துரோகம், வன்முறை, கொலை எல்லாமும் இயல்பாகவே நிகழ்கின்றன. இவற்றுக்குச் சாட்சியாக இருந்துகொண்டே இந்த இயல்புகளுக்கு மாறான குணங்களுடன் நடமாடும் மனிதர் களும் கதைமாந்தர்களாகிறார்கள். 'புனலும் மணலும்' நாவல் அதற்கான சான்றுகளில் ஒன்று. மனிதன் சகமனிதனுக்குத் தீமையையே இழைக்கிறான் என்பது அதில் தென்படும் ஒரு தளம். மனிதன் அவனுடைய இருப்புக்கு ஆதாரமான இயற்கைக்கும் தீமையே செய்கிறான் என்பது நாவலின் இன்னொரு தளம்.

திருவனந்தபுரம் நகருக்குள் ஓடும் கோட்டையாற்றின் கரைதான் கதைக்களம். ஆற்று மணல் வியாபாரத்தில் ஈடுபட் டிருக்கும் அங்குசாமி மூப்பனை மையமாகக் கொண்டு சம்பவங் கள் முன்னகர்கின்றன. தூத்துக்குடிக்காரன் அங்குசாமி, கடவின் (படித்துறை) மூப்பனாக மாறியதன் பின்னால் கடின உழைப் பும் வாழ்க்கையிலிருந்து பெற்ற சாமர்த்தியமும் இருக்கின்றன. அவருடைய அபிப்பிராயத்தில் அது தங்கம்மையின் ராசி. விதவையான அவளது அழகா இதமா எது தன்னை அவள்பால் ஈர்த்தது என்று அங்குசாமிக்கு இனங்காண முடிவதில்லை. அவளுடைய மகள் பங்கி மீது மாளாத வெறுப்பு. அவலட்சணப் பிறவி என்பதனாலா, தங்கம்மை மீதான தன்னுடைய மோகத்தை மறைமுகமாகக் கேள்விக்குள்ளாக்குவதாலா என்ப தையும் அவரால் ஊர்ஜிதப்படுத்திக்கொள்ள முடிவதில்லை. பங்கி மீதான வெறுப்பே நாவலின் கதையோட்டத்தை முடுக்கி விடுகிறது. தங்கம்மையின் மரணத்துக்குப் பின்பு இந்த மூதி இல்லாமல் போகிற நாளுக்குத்தான் அங்குசாமி காத்திருக் கிறார். ஆனால் பங்கிக்கு இந்த உதாசீனம் பொருட்டல்ல. சொந்தத் தகப்பனல்ல என்ற போதும் அங்குசாமியின் மீது

அவளுக்குப் பரிவு இருக்கிறது. அதைப் புரிந்துகொள்கிற இன்னொருவன் மூப்பனின் துணையான தாமோதரன். பங்கியை மனுசப் பிறவியாக நினைப்பவன். அங்குசாமி மூப்பனின் பாராமுகம், மனித நேசத்துக்கான பங்கியின் ஏக்கம், தாமோதர னின் கருணை இந்த மூன்று உணர்ச்சிகள்தாம் கதை நிகழ்வுக்கு ஆதாரம்.

கதை நிகழ்வின் இறுதிக் கட்டத்தில் ஆற்றின் போக்கைப் பற்றியும் மழைக் காலத்தில் அது கொள்ளும் சுழிப்புகள் பற்றியும் விவரமுள்ளவரான அங்குசாமி மூப்பன் வள்ளத்தில் ஏறுகிறார். தாமோதரனும் பங்கியும் உட்படப் பலரும் அதில் இருக்கிறார்கள். நடு ஆற்றில் வெள்ளச்சுழிப்பில் சிக்கி வள்ளம் கவிழ்கிறது. அந்த விபத்தில் பங்கியைத் தவிர எல்லாரும் தப்பிவிடுகிறார்கள். பங்கியின் மரணம் ஆற்றின் நிர்தாட் சண்யமா? மனிதனின் குரூரமா?

மாதவன் படைப்புலகின் அடிப்படை இயல்பு வெளிப்படும் இடங்களில் இந்தக் காட்சியும் ஒன்று. தமிழ் நாவல்களில் களேபரமில்லாமல் சித்திரிக்கப்பட்ட பீதியூட்டும் காட்சியும்கூட.

"...வெள்ளம் தலைக்கு மேல் போகிறது. வாயினுள் புகுந்த வெள்ளத்தை இரண்டு மிடர் விழுங்கிவிட்டு சட்டென்று மூச்சை அடைத்த வேகத்தில் காலின் கீழ் நீர் அழுத்தத்தை ஒரு மிதிமிதித்து எம்பி மேலே வர முயன்றபோது யாரோ பிராண துரிசத்தில் தன் காலைக் கெட்டியாகப் பிடித்து இழுப் பதை உணரும்முன் மறுகாலால் பிடித்த வேகத்தை அழுத்தி ஒரு உதை... உதை விழுந்தது பெண்பிள்ளை உடம்பு என்பதை கலைந்த கூந்தல் கால்விரலில் குறுக்கிட்டதினால் உணர முடிந்தது. எல்லாம் ஒரே கணம். பிராணபயத்தின் ஒரு நிமிஷ நேரம். அங்குசாமி நீர்மட்டத்து மேலே வந்து விட்டார்." ('புனலும் மணலும்', பக்கம் 198)

தனது செயல் குற்றம் என்று அங்குசாமி உணர்கிறாரா இல்லையா என்பது வாசகனால் பகுக்க முடியாத நிலையில் நாவல் முடிகிறது. அது குற்றம் என்றால் அதுவும் மனித சுபாவம் என்ற சார்பற்ற தொனியில். அதற்கான காரணிகள் அவர்களுக்கு உண்டு என்ற நியாயத்தில். மனதில் இருளும் வெளிச்சமும் ஒன்றிணையும் இந்தச் சாம்பல் பொழுதைச் சித்திரிப்பதில் ஆ. மாதவன் பெற்றிருக்கும் தேர்ச்சி முக்கிய மானது என்று கருதுகிறேன். அதன் துல்லியமான எடுத்துக் காட்டுகளில் ஒன்று 'புனலும் மணலும்'.

'புனலும் மணலும்' நாவலின் இன்னொரு தளம் நிகழ் கால வாசிப்பிலிருந்தும் அவதானிப்பிலிருந்தும் உருவானது.

நாவல் எழுதப்பட்ட காலத்தில் இந்த நோக்கில் அதை அணுகி யிருக்கவும் முடியாது. அன்று சூழலியல் வாழ்வின் பிரச்சனை களில் ஒன்றாக விவாதிக்கப்பட்டிருக்கவில்லை.

சுற்றுச்சூழல் சீர்கேடுகள் பரவலான விவாதத்துக்கு வரும் வரை இயற்கை மனிதனுக்கு எதிரானது; அவனால் வெற்றி கொள்ளப்படவேண்டியது என்ற கருத்தாக்கங்கள்தாம் நிலவி வந்தன. இயற்கையை வெற்றிகொள்வதன் மூலம் தொழில் வாய்ப்புகள் பெருகும். அதன் மூலம் வாழ்க்கை முன்னேற்றம் சாத்தியமாகும் என்பதுதான் உலகளாவிய கருத்துக்களாக இருந்தன. அந்த நிலைமை உண்மையானதாகவும் இருந்தது. *1962* இல் வெளியான ரேச்சல் கார்சனின் 'மௌன வசந்தம்' *(Silent Spring)* என்ற நூல் சூழலியல் பிரச்சனையை முதன் முதலில் கவனத்துக்குக் கொண்டுவந்தது. அதன் பின்னரே உலகம் முழுவதும் சூழலியல் அக்கறைகள் முக்கியத்துவம் பெற்றன.

தொழிற்சாலைகளும் நெடுஞ்சாலைகளும் உருவாக்குவதற் காக வனங்கள் அழிக்கப்படுவதும் குடியிருப்புகளுக்காக வயல் வெளிகள் மூடப்படுவதும் நகரமயமாக்கத்தின் பொருட்டுக் கட்டுமானப் பணிகளுக்காக ஆறுகள் சுரண்டப்படுவதும் எதிர்ப்புக்குரிய செயல்களாயின. இயற்கை மனிதனின் விரோதி யல்ல; அவன்தான் இயற்கையோடு பகைமை பாராட்டுகிறான் என்ற செய்தி விவாதிக்கப்பட்டது. இந்தப் பின்னணியின் மெல்லிய அடையாளங்கள் 'புனலும் மணலும்' நாவலில் தென்படுகின்றன.

திருவனந்தபுரம் நகரத்துக்குள் ஓடும் ஆறு கரமனையாறு. அது விரிந்து பெருகும் இடமான வல்லமேட்டுப் படித்துறையில் அமோகமாக நடக்கும் மணல் வியாபாரம். அந்தத் தொழிலின் ஏற்ற இறக்கங்களைச் சார்ந்துதான் கரையோர மனிதர்களின் வாழ்வும். 'ஆற்று மண்ணு நாம வெதை வெதைச்சு அறுத் தெடுத்தது இல்லே. தெய்வம் நமக்கு ஒழுக்கில கொண்டு வந்து தள்ளித் தருது.' (பக்கம் 22)

நகரமயமாக்கத்தின் வீச்சு ஆற்றின் வளத்தைச் சுரண்டி அதன் இயற்கையைக் குலைக்கிறது. அடிமணல் பறிக்கப்பட்டு நதியின் ஆழம் கூடுகிறது. ஒரு யானையே விழுமளவுக்கு. பங்கியின் மரணத்துக்குக் காரணம்கூட சுழிப்புகள் நிறைந்த நதியின் பெருக்குத்தான். மனிதனின் பேராசை தோண்டித் தோண்டி மணல் வரத்து குறைந்துபோனதால் அங்குசாமி மூப்பன் உள்ளிட்ட சாதாரண மக்களின் ஜீவிதமும் தடுமாறு கிறது. அதற்குக் காரணம் யார்? "வரவர இந்தக் கடவிலெ மணல் அடியுது கொறஞ்சுதான் வருது . . . காலக்கேடுண்ணல்

லாமெ வேற என்ன சொல்ல?" என்று கூலியாள் பார்க்கவன் குறைப்பட்டுக்கொள்ளுகிறான். பதில் அங்குசாமி மூப்பனிட மிருந்து வருகிறது: "ஒரு காலக்கேடும் இல்லெ. எல்லாம் நாமளாயிட்டுக் காணிக்கக் கூடிய காரியங்கதான்." *(பக்கம் 143)*

நாவல் வெளியான காலத்தில் இந்தக் கூற்று உலக வழக்கின் சாயலை மட்டுமே கொண்டிருந்திருக்கக் கூடும். இன்று இது நிஜம். நாவலில் குறிப்பிடப்படும் கரமனையாறு இன்று இளைத்துக் கால்வாயாகி இருக்கிறது. அதைக் காப் பாற்ற வேண்டுமென்று சூழலியலாளர்கள் கோரி வருகிறார்கள். முப்பது ஆண்டுகளுக்கு முன்பே ஒரு தமிழ் எழுத்தாளர் இந்த நதியின் துர்விதியைக் கணித்து எழுதியிருப்பது வியப்பளிக் கிறது. அன்று இந்தக் கோணத்தில் நாவலை அணுகியிருந் தால் காலவழு என்று புறக்கணிக்கப்பட்டிருக்கலாம். இந்த எண்ணம் மாதவனுக்கும் இருந்திருக்குமென்று தோன்றுகிறது. அதனாலேயே நாவலில் இடம்பெறும் பெயர்களை மாற்றிக் குறிப்பிட்டிருக்கிறார் என்று கருதுகிறேன். கரமனையாறு கோட்டையாறு ஆனதன் பின்னணியை இப்படி வியாக்கியா னிப்பதில் தவறில்லை.

சூழலியல் சார்பானவை என்று நான் தொகுக்கும் கருத்துக் கள் நாவலின் போக்கில் துலக்கமில்லாமல் விரவிக்கிடப்பவை. ஆசிரியரே இந்தப் புரிந்துகொள்ளலை ஏற்றுக்கொள்ளத் தயங்கலாம். ஆனால் இந்த மறுவாசிப்புக்கு நாவல் இடமளிக் கிறது. அதுதான் 'புனலும் மணலும்' நாவலைச் சமகாலக் கதையாடலாக மாற்றுகிறது.

முன்சொன்ன இரண்டு தளங்களையும் ஒன்றிணைக்கும் கண்ணியாக நாவலில் இடம்பெறும் பின்வரும் கேள்வி அமைந் திருப்பதாகக் கருதுகிறேன். "ஆறு வஞ்சகம் செய்யாது. மனுஷ்யந்தான் பரிஷ்காரம்னு ஒவ்வொண்ணா மாற்றிமாற்றிச் செய்யான். அதுக்கு ஆறு என்ன செய்யும்?" ஆற்றைப் பற்றிச் சொல்லப்பட்ட இந்த வரிகளை வாழ்க்கைக்கும் பொருத்தலாம் - வாழ்க்கையின் குறியீடாக நதியைக் காணமுடியுமென்றால்.

திருவனந்தபுரம் **சுகுமாரன்**
7 டிசம்பர் 2006

(காலச்சுவடு பதிப்பகத்தின் கிளாசிக் வரிசைப் பதிப்புக்காக எழுதப்பட்ட முன்னுரை)

1

இடவப்பாதி மழைக்காலம்

கிழக்கு மலைகளின் சரிவுகளில் விடாது கொட்டிக் கொண்டிருக்கும் மழை. கருக்கொண்டு, இருண்டு, திரண்டு ஏறிவரும் கருமேகக் கூட்டம் கணநேரத்தில் மலைமுகட்டில் உதிர்ந்து, சோவென்று கொட்டி அதிருகிறது.

மூக்குன்னி மலைச்சரிவின் கண்ணிற்குத் தெரியாத ஏதோ பள்ளத்திலிருந்து கோட்டை ஆறு, மலை வெள்ளத்தில் நுரைத்துச் சிலிர்த்து, இறக்கத்தில் வேக மாகக் கொட்டி, சமவெளியில் இரைத்துக்கொண்டு ஓடி வருகிறது.

மலை அடிவார குற்றிக் காடுகளிடையே, வேய் மூங்கில் புதர்களையும், முளம்புல் கூட்டத்தையும் தாண்டி வெள்ளம், நுரை சிலிர்த்து ஓடி வரும்போது, அங்கிங்கான நாட்டுப் புறங்களின் செம்மண் திட்டு களையும், சரல்மண் பகுதிகளையும் கரைத்து, தவழ்ந்து வந்து ஊர்களை வளமுள்ளதாக்குகிறது.

கோட்டையாறு, மழையின் வெள்ள வேகத்தில் தவழ்ந்து தவழ்ந்து ஓடையாகி, சிற்றாறாகி, புளியமரங் களும், காஞ்சிரவும், மஞ்சனாத்தியும், பெருமரங்களு மாக அடர்ந்த குண்டான் பாகம் எனும் காட்டுவெளி ஊரில் வரும்போது, பருவமடைந்த நங்கை போல 'ஆறு' என்ற முழுமையை அடைகிறது.

குண்டான்பாகம் காட்டு வெளியில் வெறும் மரச்சீனிக் கிழங்குத் தோட்டங்கள், செம்மண் வெளித் திட்டுகள், பச்சைக் காடுகள் இறைந்து கிடப்பதனால்

நெல்வயல்களே இல்லை. வேரில் காய் தள்ளிய பிலா மரங்களும், கொத்தாகக் காய்கள் காய்க்கும் மாமரங்களும், கமுக மரக்கூட்டமும் ஆற்றின் வளத்தில் செழித்துக் கிடக்கின்றன. வெறும் செம்மண் வெள்ளமாக ஓடி வரும் ஆற்றின் கன்னித்தன்மை குண்டான் கடவில் வரும் போது வேலி கட்டி நிறுத்தப்படுகிறது. பக்கவாட்டில் குலசேகரம், கொன்னி ஊர்களின் வயல்களுக்கு ஆற்று வண்டலும், வெள்ளமும் அத்தியாவசியமாகிவிடுகின்றன. அதன் பயனாக ஆற்றின் துள்ளலுக்கு, மருதன்குழி பாலம் அணை கட்டுகிறது. ஓடி வந்த வேகத்தையெல்லாம் சீப்பு கட்டிய அணைக்குழியில் நிறைத்துவிட்டு இரும்புத் தடுப்புகளின் மேல் பொங்கிய ஆறு, அய்யோவென்று அருவியாகக் கொட்டுகிறது.

கீழ்வெளிப் பள்ளமெங்கும், குட்டி யானைகள் போல பரவிக் கிடக்கும் பாறைகளில் முட்டி மோதிக்கொண்டு நுரை சிரித்தவாறு ஆறு பின்னும் ஓடுகிறது. ஒரு மைல் தொலைவின் ஜகதி ஊர் வரையில் அமைதியாக வளைந்து ஒழுகி, பாறைச்சிறை எனுமிடத்தில் வந்தவுடன், வில்வட்டமாக ஒருமுறை சுழன்று, பிறகு நெட்டுக்கு ஓடி வருகிறது.

ஆற்றின் இத்தனை தூரப் பயணத்தில், மருதன் குழி அணைவட்டத்தைவிட, பாறைச்சிறை, வில்வட்ட சந்தி முக்கியத்துவம் பெறுகிறது. எவ்வளவு மனோகரமான ஆற்றின் சுற்றம்! அதிக ஆழமில்லாமல், அலை ஓய்ந்த கடல் வெளிபோல, இருமருங்கும் சிமிண்டு கரைகட்டிய வண்ணான் சலவைத் துறை. கரை வெளியில் நெடுங்கன், அயணி மரங்களும், தூங்கு மூஞ்சி பச்சை மரங்களும், தோகையாக வளர்ந்த மஞ்சள் மூங்கில் கூட்டமும், அங்கிங்காக முளைத்த ரத்தப்பூ கொத்துக் காட்டும் தெற்றிப்பூச் செடிகளும், கீழமேட்டில் ஓலை வீடுகளாக வண்ணார் குடிசைகளும, குடியானவர் வீடுகளும், ஒற்றை வீட்டு அம்பலமாக முடிப்புரை தேவி கோயிலும், கோயில் பக்கவாட்டில் கரும்பு வயல்களும், சர்க்கரைவள்ளிக் கிழங்கு வயல்களுமாக பாறைச்சிறை ஆற்றுப் படுகை அழகுக்கோலம் பூண்டிருக்கிறது.

வண்ணார் படித்துறையில் மழைக்காலக் கலக்கல் வெள்ளம் இல்லாதபோது, சந்தைமேடு போல சலவையாளர்கூட்டம், பெண்டுகளும் பிள்ளைகளுமாக திமிலோகப்படும். ஈரமில்லாத கரைமேட்டில் விரிந்திருக்கும் வெள்ளைத்துணியில், துவைத்து முறுக்கிய உருப்படிகளை 'அச்சோ' சத்தத்துடன் வீசியெறிவார்கள். அந்த உருப்படிக் குவியலின் ஓரத்தில் இன்னொரு சலவையாளர் குடும்பம், குண்டானும் சோற்று வாளியுமாக அமர்ந்திருந்து சோறு தின்பார்கள். படித்துறையில் குளித்துக்

கும்மாளமிட வரும் வாண்டுகள், வண்ணாரக் குடும்பத்தின் திறந்த வெளி விருந்தை எட்டிப் பார்த்துக்கொண்டு நிற்கும். "அட போங்க, சின்ன அய்யாமாருகளே... போய்க் குளிங்க. நாங்க சித்த கஞ்சியை குடிச்சிக்கிடட்டும். வேல கெடக்கு..." என்று, பாம்படம் கன்னங்களில் மோத, யாராவது வண்ணாத்திக் கிழவி விரட்டுவாள். புல்மேட்டில் கழுதைகள் அழுக்குச் சுமைகளை இறக்கிவிட்டு, மிடாமேளத்தில் சங்கீதக் கத்தலாக அரற்றிக்கொண்டிருக்கும்.

குளியல் துறையில், வாண்டுகள் கிளைவெட்டிய வாழை மரங்களை மிதப்பன் படகுகளாக இட்டு வள்ளமேறி விளை யாட்டு நடத்தும் களேபரம் நுரைகட்டி அதிரடிக்கும். பாறை களின் மேலிருந்து ஆற்று வெள்ளத்தில் கரணமடித்து குதித்து, நீச்சலடித்து மறிவதில் பிள்ளைகளின் குஷி அலாதி. வெயில் காலத்து நீரில்லாத ஆற்றில், தண்ணீரைக் கலக்கியடித்து குதிக்கும் சிறுவர்களைச் சலவை ஆசாமிகள் வசவு மொழிகளால் விரட்டுவார்கள். "அட, எங்க பொழைப்பிலெ மண்ணைப் போடாதீங்க ராசாமாருகளே. தண்ணி கலங்குது, சொல்லக் கேக்குதா?" என்று சினப்படுவார்கள்.

பாறைச்சிறை வெளியின் களேபரக் கூத்தை வணங்கி விட்டு ஆறு நெட்டோட்டமாக இன்னும் இரண்டு கல் ஓடி, தொலைவில் வரும்போதே பெரியசாலைக் கடவு கண்ணிற் கெட்டுகிறது.

பெரியசாலைக் கடவு ஆற்றின் முகத்திற்கு மூக்கணி போன்றது. கடவிற்கு மேலே கப்பிமண் பாதையேறி தெற்குப் பகுதியில், சவிஸ்தாரமாக விரிந்து கிடப்பது சின்னவூர் சுடுகாடு. நகரத்தின் நாலைந்து மைல் சுற்று வட்டத்து சாக்காலை அடக்கமெல்லாம் இங்கேதான். கருமாதி காரியங்களுக்கும், தலைமுழுக்கிற்கும் பெரியசாலைக் கடவுத்துறை வெள்ள மிட்டிருக்கிறது. ஆறு இந்தப் பகுதியில் நீண்டு பரந்த குளிப்புத் துறையுடன் அமைந்திருக்கிறது. பெரியசாலை அக்ரஹார பிராமணர்களுக்கு ஆறு ஒரு வரப்பிரசாதம். விடியற்காலை மூன்று மணியிலிருந்தே படித்துறை களை கட்டிவிடும். மேட்டு வெளியில் சிவன் கோவில் இருப்பது அத்தனைக்கும் பெரிய முத்திரை. விடியாக் கருக்கலில் பெண்கள் துறைக்குக் குளிக்க வரும் நாரீமணிகளை, மீசை வைத்த நாயன்மார்கள் கணக்குப் பண்ண வருவதும் உண்டு. என்ன இருந்தாலும் ஆற்றுத் துறையில் பிராமணருக்கும் மற்ற ஜாதியினருக்கும் சண்டை நமைச்சல் இல்லை. ஆறு பேதமற்றதாயிற்றே!

பெரியசாலைக் கடவை நிறைத்துவிட்டு பிரியா விடை பெற்று வரும் மணப்பெண்ணைப் போல, ஆறு நகர்ந்து

தவழ்ந்து வருகிறது. கப்பி ரோடு கிள்ளிப்பாலத்தைத் தாண்டி புத்தன் கோட்டையின் வெள்ளைப் பாறைகளின் ஊடே புகுந்து வல்லமேட்டிற்கு வரும்போது, ஆற்றுக்குத் தலைவட்டத் திலிருந்து துணை வந்து கலக்கிறது, பெருமனை ஆறு. வல்ல மேட்டில்தான் ஆற்றின் சவிஸ்தாரமான சரித்திர வாழ்க்கை நடைபெறுகிறது.

2

வல்லமேட்டுக் கடவு. அப்பா எவ்வளவு விஸ்தார மான நீர்வெளி! கண்ணெட்டிய தொலைவரை ஒரே ஜலப்பரப்பு. அந்த பிரமாண்ட தளதளப்பு முழுதும் வள்ளங்கள் நிறைந்து கிடக்கின்றன. ஓலை வேய்ந்த படகுகள், வெறும் படகுகள், சோளக் கொண்டை அடுக்கு ஒழுங்கு போல தேங்காய் மட்டைகளை அடுக்கி நிரப்பிய வள்ளங்கள், கயிற்றுநார் பந்து பந்தாக நிறைந்த வள்ளங் கள்... பெரும்பான்மையும் மணல்வாரும், மணல் நிறைந்த, மணல் வேட்டைக்கு ஆழம் நோக்கி நுழைந்து போகும் படகுகள்தான் அதிகம்.

ஆறு, மனிதக் கும்பலின் சந்தைவெளி போல நிறைந்து கிடக்கிறது. பிரமாண்டமான இரும்பு கறுப்புத் தூண்களைக் கொண்ட பாலத்தின் பக்கவாட்டு இறக்கத் தின் மருங்குப் பாதையில் மணல் அள்ளிப்போகும் லாரிகள் வந்து நிற்கலாம். மாட்டு வண்டிகளும், கட்டை வண்டிகளும் வந்து ஒதுங்கலாம். வண்டிகளில் மணல் நிறைக்குமட்டும் மாடுகளை அவிழ்த்துக் கட்ட பிலாமர நிழல்வெளிகளும், பெருமரக் குற்றிகளும், மஞ்சனத்தி மரங்களும் உண்டு. மாடுகள் வாய் மேய்ச்சலாக சும்மா அசைபோட மஞ்சனத்திக் குழைகளை ஒடித்துப் போடுவார்கள். பாலத்து சிமிண்டு பலகைகளின் கீழே ஆற்று வரம்பில் சின்ன ஓலைக் கொட்டகை இருக்கிறது. வல்லமேட்டு ஆற்றுத்துறையின் முக்கிய தொழிலான மணல் விவசாயத்தின் சில்லறை வியாபாரம் முதல், வண்டி வண்டியான மொத்த வியாபாரம் ஈறாக அனைத்துமே இந்த ஓலைக் கொட்டடியில்தான் நடக் கிறது. எதற்கும் எழுத்து கிடையாது. புஸ்தகம் கிடையாது. ஸ்டூல் போட்டுக்கொண்டு, காண்டிராக்டரின் பிரதிநிதி

உட்கார்ந்திருப்பான். அவனுக்கு வேஷ்டி நுனி முந்தி பணப்பை மாதிரி. "ஒரு வண்டி மணலுன்னா பத்து குட்டை அளவுதான் வரும். எட்டு ரூபாயாகும், கொறையாது. நல்லா, வெள்ளம் வடிஞ்சு ஒணங்கிய மணலு தரலாம். வெலை அதுதான், கொறையாது. கேக்காண்டாம்" என்பான்.

"கொல்லங்கோட்டிலெ வண்டிக்கு பந்திரெண்டு கூடை மண்ணு கெடைக்குதே..." என்று எதிர் பேரம் வரும்.

"கொல்லங்கோட்டிலியா, சரி. வண்டியெக் கட்டிக்கிட்டு ஆறு கல்லு ஓடு. அங்கே போய் வாங்கு. இங்கே மணலு கெடையாது. இது கொல்லங்கோட்டு மணலல்லே. இது வல்லமேட்டு மணலாக்கும். பச்சரிசி தோற்றுப் போகும்..." என்று பெருமை பேசுவதினிடையே, "ஆரப்பா அது, குட்டைக் காரன். மணலெ பிலாமரத்து மூட்டிலே கொட்டு. ரெண்டு வள்ளம் மண்ணும் நல்லா ஈரம் வடியட்டும். வெயிலுவாக்கு அங்கே பாத்தா தெரியலையா?"

"பாலத்தும்கிட்டெ மணலெ கோரி கொட்டாதேண்ணு இந்த ஜோலிக்காரங்க கிட்டெ சொன்னா ஆரு கேக்கா. ஒரு சாற்ற மழை வந்தாகூடெ எல்லா மண்ணும் ஒலிச்சு ஆற்றிலேயே எறங்கீரும். அய்யோ தலையிலெ எழுத்து."

"இங்கே செங்கல்லு கிடையாது. மணலுதான் கெடைக் கும். செங்கல்லு வேணுமானா வண்டி இங்கே நிக்கட்டும். அதோ வரப்பு ஏறி அந்த வயலிலெ சுள்ளை தெரியுதல்லவா, அங்கே போகணும்."

ஓலைக் கொட்டகை களேபரத்திற்கு சற்றுத் தள்ளி, நெடிது வளர்ந்த ஒரு பாலமரம் நிற்கிறது. உயரமான ஆலமரம் போல பரந்து விரிந்த அதன் சுற்று வட்டத்தை, சிமிண்டு மேடையாகக் கட்டி மேடை மேலே மாடன் சாமியை பிரதிஷ்டை செய்திருக்கிறார்கள். பிரதிஷ்டை முன்னால் கல் விளக்கு, எண்ணெய் கறுப்பு நிறமேற்று எழுந்து நிற்கிறது. விளக்கினருகில் ஒரே ஒரு நாகர் சிலை. தாமிர உண்டியல் குடம். உண்டியலில் மணல் வாங்க வரும் வண்டிக்காரர்களும், ஆற்று வேலைக்குப் போகும் கூலிக்காரர்களும், கூடைக்காரர்களும் எல்லாம் காணிக்கை போடுவார்கள். ஆற்று மாடன் சாமி நல்ல வரும் படியுள்ளவர் என்பதைவிட, கூப்பிட்டால் குரல் கொடுக்கும் ஆபத்பாந்தவன் என்பதுதான் ஸ்தல மகாத்மியம்! ஆண்டுதோறும் மாடனுக்குக் கொடைவிழா சிறப்பாக நடைபெறும். ஆற்றுத் தொழிலாளிக்கு ஓணம் பண்டிகையைவிட மாடன் கொடை தான் முக்கியமான பண்டிகை.

வல்லமேட்டுக் கடவு ஏறக்குறைய ஒரு மைல் சுற்றளவு கொண்டது. மாரிக்காலத்து வெள்ள நாட்களில், ஆறு

பொங்கித் திரண்டு பக்கவாட்டில் வல்லம் ஊரை எட்டிப் பார்க்கும். பாலத்திற்கு மேல் தார் ரோட்டில் வெள்ளம் முழங்காலளவு பாய்ந்தோடும். ஒன்றிரண்டு மைல் பக்கத் திலேயே கடல் இருப்பதால் எத்தனை பெரிய பெருவெள்ளக் குதிப்பாக வந்தாலும், மழை விட்டு தூறல் பிடிக்குமுன்பு வழிந்து ஓடிவிடும். வல்லமேட்டுப் பள்ளம் இரண்டு ஆறுகளின் சந்திப்பு சங்கேதமாகையால், மழை ஓய்ந்தாலும் தூவானம் மாறததுபோல ஆற்றில் இழுப்பும் ஒழுக்கும் உள்சுழிப்பும் இருக்கும். அதனாலேயே படகுக்காரர்கள் மழை வெறித்து, வெள்ளம் தணிவது வரையில் ஆற்றில் இறங்காமல் காத்திருப் பார்கள். இந்தக் காத்திருப்புக்கு வேறு ஒரு காரணமும் இருந்தது. ஒழுக்குத் தணிந்தால்தான் தூரத்திலிருந்தெல்லாம் வந்து படியவேண்டிய மணல் அறவே வந்து குவியும்.

3

வல்லமேட்டுக் கடவில் கொஞ்ச காலமாகவே, அங்குசாமிதான் மணல் காண்டிராக்டர்களின் முக்கிய பணியாளனாக இருந்தார். அங்குசாமி நடுவயதைத் தாண்டியவராக இருந்தாலும் நல்ல திடசாலி. சுறு சுறுப்புக்காரர். ஆற்றில் எல்லா நெளிவு சுளிவுகளிலும் கரை கண்டவர். படகு ஓட்டிச் செல்வது, ஆற்றில் முங்கி மணல் வாரிக் கொட்டுவது, தூம்பா பிடித்து மணலைக் கூம்பாரமிடுவது, வேலையாட்களைப் பக்குவ மாக ஏவி வேலை வாங்குவது, வள்ளத்தில் கோளாறு கள் வந்தால் ஒக்கிட்டு வைப்பது, காண்டிராக்டர்களின் மனதையும் ஆசையையும் அறிந்து ஏற்றவாறு வியாபாரம் செய்து கொடுப்பது எல்லா விஷயத்திலும் அங்குசாமி கெட்டிக்காரராயிருந்ததோடன்றி, நாணயஸ்தராக இருந்ததே அவரது முக்கியத்வத்திற்கு முதன்மை தேடித் தந்திருந்தது.

ஆற்றுக்கடவின் நானாவிதப்பட்ட மனிதர்களிடையே, அங்குசாமியும் வள்ளக்காரர்களான தாமோதரனும், பங்கியும், ஆற்றோடு வரும் வண்டல் மண் போலத் தனித்துக் தெரிகிறார்கள். அங்குசாமியின் காண்டிராக்ட ரோடு வேலை செய்பவர்களில் முக்கியமானவன் தாமோ தரன். வாலிபன். சுமாரான நிறம். சிரிப்புக்காரன். கிண்டல்காரன். அதேசமயம் அடக்கமானவன். வேறு உறவில்லாதவன். சின்ன வயதிலேயே வடக்கே திரு விதாங்கூரில் எங்கோ இருந்து வந்தவன். அங்குசாமியின் அன்பிற்கும் நம்பிக்கைக்கும் பாத்திரமானவன். அவரது வீட்டின் கீழ்ப்புறத்து, சாய்ப்பு தனியறையில் குடியிருந்த தனால் இருவருக்கும் நெருங்கிய குடும்ப பந்தமே இருந்தது. 'தாமோதரன் எங்கே?' என்று கேட்டால், 'அந்த மணல்ப்

புரையிலே அங்குசாமி மூப்பன்கிட்டே கேட்டால் தெரியும்' என்பார்கள். பங்கி, கொஞ்ச வயசுக்காரி. ஆனால் பாவம். குரூபி. உருண்டைக் கண்கள், பதிந்த மூக்கு, பிறவியிலேயே கிழிந்த மேலுதடு. பெரிய பற்கள். தண்ணீரிலேயே வேலை செய்து, வெளுப்பேறிய கைப்படங்களும், கால்களும், கட்டான உடம்பும் கொண்டவள். அங்குசாமியின் செத்துப்போன மனைவியின் மகள். ஒருவகையில் அங்குசாமிக்கு பங்கி தேவையற்ற சுமைபோல.

அங்குசாமியும், தாமோதரனும், பங்கியும், வண்டிக்காரர்களும், ஆற்றுப்படுகை மாடன்சாமியும், கலகலத்த வள்ளங்களுமான சூழ்நிலையில் ஆற்று ஒழுக்கோடு வந்த நாட்கள்...

4

விடிந்துகொண்டே வருகிற நேரம். மழை ஓய்ந்த ஆவணிமாசத்துக் காற்று வீசும் குளிர்பொழுது. பாலத்தின் மெயின் ரோட்டிலிருந்து இடது பக்க இறக்கப்பாதை வழியாக ஆற்றுக் கரைக்கு இறங்கி வந்துகொண்டிருந்தார் அங்குசாமி. குளிருக்கு தேங்காய்த் துருவல் டவலைச் சட்டைக்கு மேலாகப் போர்த்தியிருந்தார். வரும் பாதையில் ஏதோ சாய்ந்த தென்னையின் ஓலை மட்டையிலிருந்து உரித்தெடுத்த பச்சை ஈர்க்குச்சியைப் பல் துலக்குவதற்கென்று கையில் வைத்திருந்தார். ஆற்றங்கரையை வந்தடைந்தவர் மேட்டு ஓதுக்கத்தில் பிலாமரத்துப் பக்கமாக இழுத்துப் பூட்டியிருந்த தமது ஓலைக் கொட்டகை பணிப்புரையை ஒருமுறை பார்த்துக்கொண்டார். மெல்ல, ஆற்றின் கரைப்பக்கமாக இறங்கி கணுக்கால் அளவு தண்ணீரில் நின்றவாறு நீரை இரண்டு கையாலும் எடுத்து வாய் கொப்பளித்தார். ஆற்றின் மறுகரை தொலைவெளிவரையில், வள்ளங்கள் – ஓலைவேய்ந்ததும், பெரும்பாலும் வெறும் படகுகளும் அங்கிங்காக சிதறிக் கிடந்தன. கிழக்கே வானம் வெளுத்துக்கொண்டிருந்த பக்கமாக யாரோ ஒருவன் வெறும் வள்ளத்தை முளங்கழியால் துழைந்து போய்க்கொண்டிருந்தான். 'யாரது விடிய முன்னமே மேல் ஆத்துக்கு ஒத்தையிலே போறவன்?' என்று எண்ணியவாறு, நிமிர்ந்து நெற்றியில் கைவைத்து எட்டிய பார்வையாகப் பார்த்தார். யாரென்று புலப்படவில்லை. "எவனோ அத்தியாக்ரகக்காரன். ஆத்து மணலெல்லாம் தானே அள்ளிக் கட்டிக்கிடலாம்னு பிராணனெக்களைஞ்சு போறான்... ஆறு நெறயெ தண்ணி போனாலும் நாய்க்கு நக்கித்தானே குடிக்கணும். போறான் போக்கழிஞ்சு ... ஆருன்னு தெரிஞ்சா

ரெண்டு ஏச்சு ஏசலாம். வரவர தூரப் பார்வையே எட்டமாட்டேன்குது ...” என்று தனக்குள்ளாகவே முணுமுணுத்தவாறு, காறலும் கமறலுமாகப் பல்தேய்த்து முடித்துக்கொண்டார்.

ஆற்றைவிட்டுக் கரையேறிய அங்குசாமி, மேலே போர்த்தியிருந்த டவலால் முகம் கைகால்களை அழுந்தத் துடைத்துக் கொண்டார். பாலமரத்து மூட்டில் மாடன் பிரதிஷ்டை பக்கமாக வந்து கிழக்குமாற பார்த்து நின்று, இரண்டு கைகளையும் தலைமேல் குவித்து, உதித்து வந்த சூரியனுக்கும், மாடன் சாமிக்குமாக ஒரு தொழுகை நடத்தினார். கண்களை மூடி பக்தி சிரத்தையுடன் கொஞ்ச நேரம் நின்றுவிட்டு தொழில் புரையைப் பார்த்து நடந்தார்.

சூரியோதயமாகிக்கொண்டிருந்தது. ஆற்றங்கரை மறுபக்கத்துத் தோப்பிலிருந்து ஒரு மாதிரி புன்னைப்பூ மணம்போல குளிர்ந்த காற்றில் மிதந்து வந்தது. ஓலைக் கொட்டகையினுள் ஸ்டூல்மேல் வந்தமர்ந்து, புரை மாடத்தில் வைத்திருந்த அழுக்கு நோட்டுப் புத்தகத்தை எடுத்துப் புரட்டிப் பார்த்தார். ‘அடடே, அந்த வெஞ்ஞாறமூடு ஆசாமிக்கு பதினோரு மணிக்கெல்லாம் ரெண்டு லாரி மண்ணு அளக்கணுமே. வந்து நிப்பானுகளே இப்போ. இந்த பங்கிப் பெண்ணையும், தாமோதரனையும், ஆளுங்களைக் கூட்டி வெள்ளென வரச் சொன்னதுக்கு காணலியே இன்னும் ...’ என்று நினைத்தவாறு எழுந்துவந்து ஓலைப்புரை வாசலில்நின்று, பாலத்தின் தாழ்வாரத்துப் பாதையைப் பார்த்துக்கொண்டே நின்றார்.

“ஆரது? அங்குசாமி மூப்பனோ. வெடியக்காலமே வந்தாச்சா? சலாம் மூப்பரே...” என்ற குரல் வந்த திசையைத் திரும்பிப் பார்த்தார். மீரா சாகிப்பு. உயரமாக, மெலிந்த உடலும், முகத்திற்குப் பொருந்தாத நரைத்த கப்படா மீசையுமாக, வள்ளத்தின் துழையையும் மூங்கில் கழியையும் தோள் மேல் சாத்திக்கொண்டு வந்துகொண்டிருக்கிறார்.

“சலாம் சாயிபே. என்ன வெடியக் காலங்கிறேரு? மணி இப்போ ஏழு கழிஞ்சாச்சா இல்லியா? ஏன், வயசாளி நீரே முளையும் கழியுமாயிட்டு எந்திச்சு வந்தாச்சு ... பாருமே, வயசுப் பிள்ளைகளெ இன்னும் காங்கல்லே ...”

“யாரு? உம்ம மகளும் அந்த பய்யன் தாமோதரனுமா? வாறாவோ, வந்துட்டே இருக்கா. புஷ்கரன் சாயக்கடையிலே இருந்து நான் முன்னாலே இறங்கித் திரிச்சேன். அதுக வர்த்தமானம் பேசிக்கிட்டு பதுக்கெ வந்துகொண்டே இருக்கு. இப்போ வந்திருவா. ஏன் கெடந்து அவசரப்படுதேரு. ஆற்று வெள்ளமும், வெயிலடிச்சுக் கொஞ்சம் தணுப்பு மாறி கெடைக்

கட்டுமே. நாமளும் மனுச ஜன்மங்கதானே. கொட்டக் குளிருலே தண்ணியிலே எறங்கி முங்கணுமானா கொஞ்சம் அறைக்கத் தான் செய்யும் . . .”

“மீராசாயிப்பே, நீரும் நானும் இந்த ஆற்று ஜோலிக்குண்ணு வந்து காலமெத்தரை ஆச்சு? மஞ்ஞு காலத்திலையும் ஏன் பாதிராத்ரிக்குகூட முங்கி, மணலு வாருவதும், வள்ளம் கொண்டு போவதுமெல்லாம் மறந்திட்டீரா . . .? அப்போ இல்லாத தணுப்பும் குளிரும் இப்போ வந்துட்டுதா? எதுக்கும் நெஞ்சிலே சூடு இருந்தா அதது கரெக்டாயிட்டு நடக்கும் . . .”

“வேய், வேய் அண்ணாச்சி, அந்தக் காலத்துப் பேச்சை யெல்லாம் விடும். இது, காலம் கெட்ட காலம். செறுப்பக்காரங்க முன்னத்தை மாதிரி இல்லே இப்போ. அதெ மனசிலாக்கிக் கிடும் . . . சரி, சரி. அதோ உம்ம மகளும், ஆளுங்களும் வந்து சேர்ந்தாச்சு, நான் போறேன். வாசு காண்டிராக்டருக்கெ வள்ளம் கொண்டு போறேன். மணலு வார இல்லே. அக்கரை யிலே இருந்து தேங்காத்தொண்டு கோளு இருக்கு . . . வள்ளக் கடவு தோட்டுக்கு வேறே போணம். வரட்டா, சலாம் . . .”

மீராசாகிப்பு ஆற்றுத்தொடி இறங்கி, தொலைவில் கிடக்கும் வள்ளத்தை நோக்கி இடுப்பளவு தண்ணீரில் நடந்து போனார்.

பாலத்துப் பக்கம் ஒற்றையடிப் பாதையில், பங்கி முன்னால் வந்துகொண்டிருந்தாள். தொட்டுப்பின்னால் தாமோதரன். பனியன் அணிந்து கைலி முண்டு மடிச்சுக் கட்டியிருக்கிறான். தலைக் கட்டைத் தூரத்தில் வரும்போதே அவிழ்த்து எடுத்துக் கொண்டு வேலைக்குத் தயாராகவே, ஓலைக் கொட்டகைப் பக்கம் வந்தான். அவன் பின்னால், நாலைந்து ஆண் பெண் தொழிலாளிகள், முளைக் கழிகளும், மண்கோரும் தூம்பாயும், கூடைகளுமாக வந்து சேர்ந்தார்கள்.

“மூக்குமுட்ட சாயையும் குடிச்சு, சிரிச்சு மறிஞ்சு சாவேரி மட்டிலே வாறியோ . . . ஏ பங்கி மூதி, வா மூதி சீக்கிரம். ஜோலி கெடக்கு . . .” என்று, மற்றவர் மேல் காட்டமுடியாத கோப வெறுப்பை, பங்கியிடம் திருப்பி இரைந்தார் அங்குசாமி.

“அப்பனுக்கு இன்னைக்கு நேரம் வெடிஞ்ச ஒடனேயே இஞ்சி பிடிச்சிருக்கு . . .” என்று தாமோதரன் பக்கம் திரும்பி மெல்ல சொன்னாள் பங்கி.

“என்ன மொனகுதே. மொனகாதே. உன் முறுமுறுப்புக்கு ஒரு நா வச்சிருக்கேன். பாத்துக்கோ. சவுட்டி எலும்பெ முறிச்சிருவேன். பார்த்துக்கிட்டே இரி . . .”

"என்ன அண்ணே, காலையிலே வேலையைத் தொடங் கணுமா, உங்க பொரிச்சிலே கேக்கணுமா?"

"நான் ஒண்ணும் சொல்லல்லே. டேய் தாமோதரா, நான் ஒண்ணுமே சொல்லல்லே. இந்த எரணம் கெட்டதெப் பாக்கும்போ எனக்கு எரிஞ்சு கேறி வருது. வாயிலெ என்ன வெல்லாமோ என்னையறியாமெ வந்திருது..."

"உங்களுக்கு பங்கியெ திட்டுதுக்கு காரணம் ஒண்ணும் வேண்டாமே. சரி, போகட்டும். இன்னைக்கு மேலக்குழி ஆத்துக்குத்தானே போணம். எத்தரை வள்ளம் மண்ணு வேணும்?"

"மேலக்குழிக்கோ பாலத்தடிக்கோ எங்கே போனாலும், எனக்கு பத்து பத்தரை மணிக்கெல்லாம் ரெண்டு லாறி மண்ணு வேணும். ஒரு வாரமாச்சு அச்சாரம் வாங்கி, சீக்கிரமாவட்டும்..."

தாமோதரன், பங்கி பரிவாரத்துடன் வள்ளங்களை நோக்கி நடந்தான்.

5

“மனுஷனுக்கு பிராயம் ஆகுந்தோறும் புத்தி கொறஞ்சு போகும். இல்லையா தாமோதர அண்ணா?”

“ஏன் இப்போ இப்பிடி திடீர்ணு ஒரு ஆலோசனை?”

“இல்லே, எங்க அப்பன் சுபாவத்தைப் பத்தி ஆலோசிச்சேன்.”

“ஒனக்கே அப்பன் சுபாவம் இப்பத்தான் ஒனக்கு தெரிஞ்சுதாக்கும். அது, இத்தரை பிராயம் ஆயிருக்கும் போதே எனக்குத் தெரியுமே ... பங்கிப் பெண்ணே, இப்போ இப்போ அந்த மனுசனுக்கு ஒன்னெப் பற்றிய ஆதி கூடிப்போச்சு. அதனாலெதான் முன்கோபம் மூக்கு மேலெ வந்து நிக்குது.”

“என்னெப்பற்றி அப்பனுக்கு என்ன இப்போ? ஒண்ணுமில்லேன்னாலும், என் கைக்கும் காலுக்கும் நல்ல திராணி இருக்கு. குட்டை மண்ணு செமக்கத் தெரியும். நான் காரணம் ஒருத்தருக்கும் ஒரு நஷ்டமு மில்லே. இந்த அப்பனுக்கு என்னெக் கண்ணெடுத்து கண்டா பிடிக்காது. அந்த சாக்கெ வச்சுக்கிட்டு, என்னெக் கெட்டிக்கொடுக்க பாங்கில்லேண்ணு கண்ட ஆள் ஜனங்களிட்டேயெல்லாம் பினாட்டித் திரியிது என்ன ஞாயம்? நான், என்ன எனக்கிப்போ ஒரு ஆளு இல்லியேண்ணு ஒற்றைக் காலிலே நிக்கல்லியே ... ஒன்னாணெ தாமோதர அண்ணா, அப்பன்கிட்டெ சொல்லீரு ... இந்த ஜென்மத்திலே நான் ஒருத்தன் கூடவும் பெண்டாட்டிண்ணு ஜீவிக்கப் போறதில்லே. எனக்கு சந்தமும் சௌந்தர்யமும் இல்லாததினாலே மனமாச்சப்பட்டு சொல்லுதேண்ணும் அண்ணன்

கணக்காக்கண்டாம். எனக்கென்ன காரியமோ, கல்யாணம்ணு கேட்டாலே பிடிக்கல்லே...”

“பெண்ணே பெண்ணே பங்கீ, நீ என்ன இது? இந்த தாமோதரன் கிட்டெயா இதெல்லாம் சொல்லுதே, அவன் மனசு வச்சா அவனே உன்னெக் கெட்டினாலும் அதிசயம் ஒண்ணும் இல்லே...” என்று சிரித்தான், தண்ணீரில் நின்று மண் எடுத்து வள்ளத்தில் கொட்டிக் கொண்டிருந்த மற்றொரு ஜோலிக்காரன்.

“தாமோதர அண்ணன் மனசு வக்கியது இருக்கட்டும். அண்ணனுக்கு நல்ல இடத்திலெ இருந்து சவுந்தரியமும், சேலும், கொணமும் உள்ள பொண்ணு வரும். வரும் என்னது? வரத்தான் போவுது. அண்ணன் பெண்ணு கெட்டி எனக்குப் பாக்கணும்... என்ன அண்ணா, ஒண்ணும் பேசாமெ நிக்கே...?”

“நான் என்ன பேசுதுக்கு. நீயும் அவனும் உங்க மனம் போல பேசிக்கிட்டிருக்கியோ. எனக்கு இப்போ இந்த கின்னாரமெல்லாம் கேக்க நேரமில்லெ. உங்க அப்பன் இப்போ. பிடியோண்ணு நிப்பாரு. நேரம், வெயில் மேலே ஏறிவந்தாச்சு... கோரி இடப்பா சீக்கிரம். பாதிவள்ளம் மண்ணுகூட ஆவல்லியே. இல்லாட்டா தூம்பாவை இங்கே கொண்டாருங்கோ. நான் காணிச்சு தாரேன், மண்ணு எப்பிடி கோரணும்னு...” என்றவாறு, தாமோதரன் கைலியை அவிழ்த்து வள்ளத்துத் தலைப்புப் பக்கம் ஈரம்படாமல் வைத்து விட்டு, நிக்கருடன் நீரில் குதித்தான். சரக், சரக்கென்று நாலைந்து குவியலாக மணலைக் கூடையில் அள்ளி, அள்ளி பங்கியிடம் கொடுத்தான், பங்கியும் பேச்சை நிறுத்தி சுறுசுறுப்பானாள். வேலையின் வேகம் கூடியது. கொஞ்ச நேரம் யாருமே பேசிக்கொள்ளாத மௌனத்தில் வேலை மும்முரமாக நடந்தது.

“அப்பா... ஒரே நிலையில் நின்னது, கையும் காலும் கோச்சுது. நாங்க ஒரு பீடி இழுத்துக்கிட்டு பிடிர்ணு வந்திருதோம். பங்கீ, நீயும் கொஞ்சம் க்ஷீணம் மாற்றிக்கோ... தாமோதரா, ஒனக்கு பீடி வேணுமா?” என்று கேட்டவாறு, அவன் பதிலைக்கூட எதிர்பார்க்காமல் இரண்டு வேலைக்காரர்கள், வள்ளத்தின் தலைப்பு மேட்டிலிருந்து முண்டு சுருட்டி வைத்திருந்ததை எடுத்து, கையை உயர்த்தி, தூக்கி தண்ணீரில் நனையாமல், நீரைக் கீறி இழுத்து நடந்து கரையேறினார்கள்.

அவர்கள் போன வாக்கிலேயே தாமோதரனும் வள்ளத்தில் ஏறி தலைத்துண்டால் உடம்பைத் துடைத்துக்கொண்டு, மணலை அளைந்துகொண்டிருந்த பங்கியைப் பார்த்தான்.

அவள் அவன் முகத்தைப் பார்க்காமலேயே, தலை கவிழ்ந்து வள்ளத்தின் விளிம்புக்குக் கீழே நீரைக் கையால் எட்டிக்கோரி, வாயில் ஊற்றி வீணுக்கு உமிழ்ந்தவாறு அசட்டையாக இருந்தாள்.

"என்ன பங்கியம்மை, கொஞ்ச நேரத்துக்கு முன்னாலே என்னவெல்லாமோ பிரசங்கம் நடத்தினியோ. இப்போ ஒண்ணும் பேச்சுமூச்சு இல்லியே. கல்யாணம் கழிக்காமெ சன்னியாசம் கொள்ளுது எப்பிடீண்ணு. ஆலோசிக்கேளா,"

பங்கி சட்டென்று திரும்பி, ஏறிட்டுப் பார்த்தாள். அவளது பெரிய கண்களில் நீர் ததும்பி நிற்பதை தாமோதரன் கவனித்தான்.

"பங்கீ, உனக்கு இன்னைக்கு என்னத்தை வந்திட்டுது? நான் என்ன சொல்லீற்றேன்? ஆராவது கண்டா நல்ல சீராயிருக்கும். கண்ணு தொடச்சுக்கோ..."

"ஆரு கண்டாலும் எனக்கென்ன? இல்லாவிட்டாலும், இப்போ இப்போ என்னக் கண்டா ஆருக்கும் ஒட்டும் பிடிக் கல்லேதான். எனக்குத் தெரியும், இந்த லோகத்திலே எனக்கு ஆரும் இல்லே. என் பேரிலே ஒரு பட்டிக்குக்கூட சிநேகம் இல்லே. எங்கிட்டே சிநேகம் உள்ள ஒற்ற ஜீவன் எனக்கெ அம்மச்சி ஒருத்தி இருந்தா. அவளும் போயிட்டா. இப்போ என்னெ ஆருக்கும் வேண்டாம்... நான் எதுக்கு ஜீவிச்சிருக் கணும்? தாமோதர அண்ணன் நீ ஒருத்தன் சத்தியமா சொல்லுதேன். இந்த நெறஞ்ச ஆற்று மத்தியத்திலெ நிண்ணு சொல்லுதேன், ஒரு நாளு நான் இந்த ஆற்றிலெ சாடி பிராணனை களைவேன்..."

"சீ... சீ... பங்கீ, என்ன நீ, பத்திருவது வயசான ஒரு பெண்ணு என்ன வர்த்தமானம் எல்லாம் சொல்லுதே... கொஞ்ச முன்னாலெ, கையும் காலும் இருக்கு, தன்றேடம் உண்டுமுண்ணெல்லாம் சொன்னே. இப்போ ஆற்றிலெ சாடி சாவப்போறேண்ணு சொல்லுதே... தா பாரு பங்கீ, வீண்டு விஜாரமில்லாமெ ஒண்ணும் சொல்லாதே. சும்மா, இருந்திட்டு தன்னத்தான் ஓரோண்ணு நெனச்சு வச்சிட்டு வேண்டாதனம் பேசாண்டாம். இன்னா பாரு, உனக்கெ அப்பன், இன்னும் மற்ற ஆரெல்லாம் உன்னெ வெறுத்தாலும் இந்த தாமோதரன் உன்னெ வெறுக்க மாட்டான். உனக்கெ தாமோதர அண்ணனாக்கும் இதெச் சொல்லுது..."

'அண்ணன்' என்ற அழுத்தமான உச்சாரணம் பங்கியை உலுக்கியது. "தாமோதர அண்ணா..." என்று, கொஞ்சம் வாய்விட்டு விம்மினாள்.

"வாயை மூடு பெண்ணே. அதோ அவனுக வந்தாச்சு. முகத்தை தொடச்சுக்கோ... மணல் கோரியிட்ட இடத்திலெ

வெள்ளம் வடிஞ்சு போகட்டும். அந்த தூம்பு தொறந்துவிடு. அவனுகள் வந்ததும், இந்த ஒரு வள்ளம் மணலும் கொண்டு போய் இறக்கிட்டு அடுத்ததுக்கு வரணும். உம், முகத்தைத் தொடச்சிக்கோ . . .”

காலை வெயில் ஏறிக்கொண்டே வந்தது. மழைக்காலத் திற்குப் பின்புள்ள வெயில் ஆனதினால், பொழுதாகும் முன்ன தாகவே வெயிலின் கொடுமை, தண்ணீரோடு நின்றவர்களின் முதுகுப்புறங்களில் சுள்ளென்று உறைத்தது.

முதலில் நிறைந்த வள்ளத்தை இரண்டுபேர் கரைக்குப் கொண்டு போய், பலாமரத்து மூட்டில் அள்ளிக் கொட்டி விட்டு மறுபடியும் வந்து வேலையில் முனைந்தார்கள். வேலையைத் துரிசப்படுத்த கரையில், ஓலைக் கொட்டகையி லிருந்து, அங்குசாமி “ஊவோய்” என்று கூக்குரலாகக் கூவி, “வேலை விரைவாக ஆகட்டும்” என்று சைகை அறிவித்தார். வள்ளக்காரர்களும் “வேலை ஆகிறது” என்ற பதிலை “உவ்வேய்யா” என்று இரட்டைக் குரலாக நீட்டி முழக்கி, கூவி அறிவித்தார் கள். வெயிலும் நேரப் பொழுதும் ஏறஏற ஆற்றின் தொழில் பரபரப்பு அதிகரித்தது.

தேங்காய்த் தொண்டு வள்ளங்களும், கயிறு மற்றும் சுமை வள்ளங்களும் அக்கரைக்குப் போவதும், அக்கரையிலிருந்து காலி வள்ளங்களும், சில வள்ளங்களில் ஆட்களை ஏற்றி இக் கரைக்கு வருவதுமான களேபரங்கள் நிகழ்ந்துகொண்டிருந்தன.

கரையின் நிழல் மேட்டில் இரண்டொரு ஆட்கள் ஒரு வள்ளத்தை முதுகு தெரிய படுக்கப் போட்டு, அதன் மத்தியில் தார் கறுப்பாக எண்ணெயிட்டு மெழுகிக்கொண்டிருந்தார்கள். மணல் எடுக்க வந்த வண்டிக்காரர்கள், காளை மாடுகளை ஓரத்து மரங்களில் கட்டிவிட்டு, மணல் அளக்கும் பையன்களைத் துரிசப்படுத்திக்கொண்டிருந்தார்கள்.

“எங்களுக்கு இங்கெ நிண்ணா போருமா? போய் நெறைய சோலி கெடக்கு. வெக்கம், வாரி அளந்து எங்களெ விடுங்கப்பா.”

“வேகம் வாரி அளந்தா மணலுக்கு பதிலா ஆற்றுவெள்ளம் தான் வண்டியிலெ ஏறும். அங்கே கொண்டு போய் அளந்து பாக்கும்போ பத்து குட்டைக்கு பகரம் அஞ்சு குட்டை மண்ணு இருக்கும். போருமா, அளக்கட்டுமா?”

“உங்களுக்கென்ன காசு கையிலெ வாங்கியாச்சு. இனி எப்படியும் பேசலாமே . . .”

“காசு கையிலெ வாங்கினதினாலெதான், நல்ல மண்ணு, தண்ணி வடிஞ்ச மண்ணு தாறோம். கொஞ்சம் துரிசப்படாமெ

நிக்கணும்'ணு சொல்லுதோம்... இந்தா பாரும், வண்டிக்காரரே ஆற்று மண்ணு நாம் வெதை வெதைச்சு அறுத்தெடுக்குது இல்லெ. தெய்வம் நமக்கு ஒழுக்கிலே கொண்டுவந்து தள்ளித் தருது. நாம முதுகு வளைஞ்சு வெட்டிக் கோரி எடுக்குதோம்... இதிலெ பாதி வெள்ளமும், பாதி மண்ணுமா விட்டு வச்சு வஞ்சகம் செய்தா தெய்வம் கேக்கும்."

"அதுக்கிப்போ தெய்வ கோபமாயிட்டு நாங்க ஒண்ணும் சொல்லலியே. காசு வாங்கியாச்சே, செணம் ஆளெ விடும்ணு தானே சொன்னோம்..."

"ஆரெப்பா அது, அங்கே வழக்கும் வக்காணமும் பேசிக்கிட்டு? ரெண்டு கூட்டரும் சமாதானப்படுங்கப்பா. மண்ணு கோரி நிறைச்சாத்தானே வண்டி கெட்ட முடியும். நில்லுங்க, நில்லுங்க..." என்று ஒரு மத்தியஸ்த வயசாளி மூப்பன் வந்து பேச்சை முடித்து வைத்தார்.

கரையின் இந்த களேபரங்களிடையே ஆற்று மத்தியிலிருந்து "கூய்... கூய்..." என்று அபாயக் கூவலாக நாலைந்துபேர் கத்தினார்கள். ஆற்றில் வள்ளத்தில் வேலை செய்கிறவர்களுக்கு அபாயமேதாவது ஏற்பட்டால்தான் இப்படி கழுகு கத்துவது போல் நாலைந்து கத்தலாகக் கத்துவார்கள். இந்த அபயக்குரல் கேட்டதும், கரையில் நின்றவர்கள் எல்லாம் ஆற்று விளிம்பை நோக்கி ஓடினார்கள். ரோட்டில் பாலத்திற்குத் தடுப்புக் கம்பி மேலும், பாதசாரிகள் ஆற்றில் என்னவோ ஆகிவிட்டதென்று வந்து எட்டிப் பார்த்தார்கள்.

தாமோதரன் வள்ளத்தை வேகமாக துழைந்து கரைக்கு வந்துகொண்டிருந்தான். மற்ற வேலையாட்கள், வள்ளத்தினுள் கும்பலாக நின்று கரை எட்டுவதை ஆவலோடு பார்த்துக் கொண்டு நின்றிருந்தனர்.

"வோ... ய்... பங்கிப்பெண்ணு... ஆமா, பங்கிப் பெண்ணு நின்ன நெலயிலெ போதம் கெட்டு விழுந்துட்டா... ஆமா, போதம் கெட்டு... வேறு ஒண்ணும் ஆபத்தில்லே. தலை சுற்றி விழுந்தது போலதான் தோணுது... நல்லகாலம் தாமோதரன் அடுத்து உண்டாயிருந்ததினாலே வெள்ளத்திலெ விழல்லே..." கரை, கூப்பிடு தொலை வந்தபோதே, ஒருவன் கூச்சல் குரலாக, கரையில் நின்றவர்களுக்குச் செய்தியைச் சொன்னான்.

"எங்கே அந்த மூப்பன் அங்குசாமி? அவருக்கெ மோளு தானே தலைசுற்றி விழுந்திருக்கா... எங்கே அவரு?" வள்ளம் கரைக்கு அணைந்ததும் மற்றொருவன் கேட்டான்.

படகு கரையைத் தொட்டதும், அங்கே நின்றவர்களும் தாமோதரனுமாக வள்ளத்து மணல் குவியலில் சாய்மானமாக

படுக்க வைத்திருந்த பங்கியைக் கைத்தாங்கலாகத் தாங்கி, அங்குசாமியின் ஓலைக் கொட்டகையினுள் கொண்டுவந்து ஒரு ஓலைக் கீற்றில் படுக்க வைத்தனர்.

"மூப்பன் இங்கேதான் உண்டுமா? இதோ இதொண்ணும் நீங்க காணலியா? இந்தப் பெண்ணுக்கு ஆற்றுக்கடவிலேயே இப்படி ரெண்டு மூணு தரம் வந்திருக்குது. ஆராவது நல்ல வைத்தியனையோ டாக்டரையோ காட்டீரணும். இது ஒரு பெண்ணடியல்லவா? இதுக்கொரு அறும்பாதம் வருத்தாமே, ஒண்ணும் காணலியே கேக்கலியேண்ணு இருந்தா அது ஒட்டும் நல்லதல்ல. மூப்பன் இந்த ஒரு விஷயத்திலேயும் இவ்வளவு மோசமாயிட்டு நடந்திர வேண்டாமாயிருந்தது. இப்போ இந்த கடவிலுள்ள இக்கண்ட ஜனங்கள் எல்லாம் கூடிட்டும் மூப்பனுக்கு ஒரு அனக்கவுமில்லே . . ."

கொட்டகையினுள் மூலை ஸ்டூல்மேல் உட்கார்ந்திருந்த அங்குசாமியைப் பார்த்து கூட்டத்தில் ஒருவன் இதைச் சொன்னான்.

தாமோதரன் அங்குசாமியை ஒருமுறை ஏறிட்டுப் பார்த்தான். அவர், எவ்வித பாவ வித்தியாசமும் இல்லாமல் ஆற்று வெளியையே வெறித்துப் பார்த்துக்கொண்டிருந்தார்.

"ஆரப்பா அது . . . இங்கே ஒண்ணுமில்லே. பங்கிக்கு கூடக்கூட வரக்கூடிய தலைசுற்றுதான். கொஞ்சம் ஆள் கூடாமல் வெலகி நில்லுங்க. காற்று வரட்டும் . . . அப்புக்குட்டா, நீ போய் ஒரு சோடா வாங்கிட்டு வந்திரணும். . . கொஞ்சநேரம் இப்படி இருக்கும். ஒண்ணு க்ஷீணம் ஆறும்போ சரியாகிப் போகும் . . . ஆள் கூடண்டாம் . . . காற்று வரட்டும் . . ."

6

“தமோதரா, நீ சொல்லுது எல்லாம் சரிதான். சம்மதிச்சாச்சு. இவ அம்மை தங்கம்மை இருந்த கால மத்தரையும் எனக்கும் இந்த பெண்ணுக்கும் உள்ள பந்தமென்ன? இப்பிடி ஒண்ணு வீட்டிலெ இருக்குண்ணே எனக்குத் தெரியாது. அப்பிடி அவளெ வளத்தினது தங்கம்மைக்கெ குற்றமாயிருக்கலாம். அதுக்கு ஆரு இப்போ என்ன செய்ய முடியும்? தங்கம்மை என் கூட வந்து, நாங்க ஒண்ணாயிட்டு கழிஞ்சுகூட தொடங்கின காலத்திலெயும் இதை ஒரு எடஞ்சிலாயிட்டு நான் சொன்னதில்லே. அவ, தங்கம்மெ ஒண்ணும் காணவும் அறியவும் வேண்டாம்ணு பாக்யவாட்டி போய் சேர்ந்திட்டா. இப்போவானா, இந்த பெண்ணும் சின்னதும் பொடியும் ஒண்ணுமில்லையே. அது பாட்டெ அது பாத்துக்கிட வேண்டியதுதானெ. அதுக்குள்ள சேஷியும் சாமர்த்தியமும் அதுக்குண்டும். ஆற்றிலெ நான் காண எத்தனையோ பெண் குட்டிகள் ஜோலி செய்யிது. அந்த கூட்டத்திலெ பங்கியும் ஒருத்தீண்ணு தான் நான் கணக்காக்கீட்டுள்ளது... பின்னெ ஒரு காரியம். எனக்கு இவ கஞ்சியும் கூட்டானும் ஒண்டாக்கித் தாறா. என் வீட்டிலெ ஒரு முறியிலே கழிஞ்சு கூடுதா. அப்பிடீண்ணுள்ள ஒரு காரணத்துக்கு வேண்டி மட்டும் இந்த ரெண்டும் கெட்டதெ நான் பொன்னுமோளே’ணு தூக்கிச் செமக்க முடியாது... என்னக் கொண்டு அப்படியொரு மனஸ்திதிக்கு ஜீவிக்கவும் ஒக்காது. நான் நல்ல இனத்திலே ஜனிச்சு வளந்தவனாக்கும். எனக்கும் சில மானம் மரியாதை எல்லாம் உண்டும். இவ அம்மாக்காரியெ நான் வச்சிருந்த காலம் முழுக்கையும் அந்தஸ்ஸோடதான் கழிஞ்சேன்...”

“நிக்கட்டும், எடையிலே ஒண்ணு சொல்லிக்கிடட்டும். அண்ணன் இப்போ, பங்கிப்பெண்ணு அந்தஸூம் அபிமானமும் விட்டு நானாவிதப்பட்டு நடக்காண்ணு சொல்லுதேளா?”

“இதுதானே நான் சொல்லக்கூடியதுக்கெ அர்த்தம் உனக்கு மனசிலாகல்லேன்னு சொல்லுதேன். டேய், இந்த பங்கி எனக்கு ஆரு?”

“பங்கி உங்களுக்கு ஆருண்ணு கேட்டா, தங்கம்மை அக்கன் உங்களுக்கு ஆருண்ணு நான் திருப்பி கேக்கணுமே...”

“சம்மதிச்சேன். தங்கம்மை எனக்கு பெண்டாட்டிதான். அதனாலே, அவ எனக்கெ முன்னாலெ ஆருக்ககூடேயோ பொறுத்து பெற்ற பெண்ணெ நான் ஏற்றுக்கிடணும்ணு சட்டம் வல்லதும் உண்டுமா?”

“சட்டம் இருக்கட்டும். இப்போ தங்கம்மை அக்கன் ஜீவிச்சிருந்தா இந்த பிரச்னமே இல்லெ. அவங்க இப்போ இல்லாத்ததினாலெயும் நாமளெல்லாம் மனுஷன்மாரு எண்ணுள்ள பொது ஞாயமும் காரியமும் எல்லாம் ஒண்ணு பாக்கணுமே... இந்த பெண்ணும் வளந்து பிராயமாயி நிக்கா. தெய்வம் சகாயிச்சு அவள் தன் காரியத்துக்கு பாடுபடத்தான் செய்யா. அதனாலேயும் உங்களுக்கு நஷ்டமொண்ணும் இல்லெ. அப்போ, அந்தப் பெண்ணுக்கெ தள்ளையை நினைச்சாவது இவளுக்கு ஒரு நல்லவழி ஒண்டாக்க வேண்டியது உங்க கடமெ. இப்போ, தங்கம்மை அக்கனுக்கும் உங்களுக்கும் ஒரு கொழந்தை ஜனிச்சு அது இந்த பங்கிப் பெண்ணைப்போல இருந்தா, நீங்க அதெ ஆற்றிலே ஒண்ணும் பிடிச்சு தள்ளீரமாட்டேளே... அப்போ இதும் நம்ம குழந்தையாக்கும்ணு நினைச்சு, இதை ஆருகூடயாவது சொல்லி அனுப்புவது வரைக்கும், இந்த வெறுப்பும் தோஷமும் வெளியிலெ காட்டாமெ இருக்கணும். பாதியும் அந்தப் பெண்ணுக்கு, உங்க வெறுப்பும் கோபமும் காணும்போதான், கூடக்கூட இந்த தலைச்சுற்றும் மோகாலஸ் யமும் எல்லாம் வருதுண்ணு நான் சொல்லுவேன்.”

“அவளுக்கு தலைச்சுற்றும் மோகாலஸ்யமும் வருதுண்ணா அது அதுக்கெ பெறவிக் குற்றமாயிருக்கும். நான் அந்த அவகூட கழிஞ்ச பத்து பதினாலு வருஷமும் இதையெல்லாம் பாத்து மடுத்தாச்சு...அத்தரையும் காலம் அவகூட நான் நகமும் சதையுமாயிட்டுதான் கழிஞ்சேன். என்னிட்டும், எனக்கிண்ணு ஒரு பிஞ்சு முகங்காண பாக்யம் உண்டாகல்லே. அதுக்குண்ணு, பாத்த வைத்தியமும், செய்த மந்திரவாதமும் கணக்கில்லே... என்ன செய்தென்ன? வீட்டிலெயே இப்பிடி ஒரு மூதேவி வாசம் இருக்கும்போ வேறே ஒண்ணு எப்பிடி அவ வயிற்றிலெ

ஜனிக்கும். ஆரோ ஒரு ஜோசியனும்கூட இதை சூஜிப்பிச் சிட்டுண்டும்... பின்னெ எனக்கும் இதிலெல்லாம் பெரிய நம்பிக்கையும் விச்வாசமும் இல்லாத்ததினாலெ அப்படி கழிஞ்சு கூடினேன்... நீ சொன்னதுபோல இவளும் கையும் காலும் உள்ள பெண்ணுதானே. நாலுகாசு உண்டாக்க திராணி உள்ளப்பவே, ஆராவது ஒருத்தன்கூடெ போவட்டும். அவ காரியத்தெ அவ பாத்துக்கிடட்டும்... எனக்கு இதிலெ ஒரு எதிருமில்லே..."

"இது, அண்ணன் சொல்லக்கூடியது ஞொண்டி ஞாயம். ஒரு பிராயமான பெண்குட்டி, அவளுடைய தகப்பன் ஸ்தானத் திலே, மானஸ்தன், தறவாடு எண்ணெல்லாம் சொல்லக்கூடிய நீங்களும் இருக்க, அந்தப் பெண்ணு, தான்தோன்றித் தனமா யிட்டு யாருக்ககூடயாவது எறங்கிப் போகணும்ணு சொல்லக்கூடியது, ஏதுவழி மொடந்தன் ஞாயம்ணு எனக்குத் தோணல்லே..."

"தாமோதரா, இப்போ நீ எந்திரிச்சுப் போ... எனக்கு வல்லாமெ வருது, நீ என் பிள்ளையெப்போல ஒருத்தன். நீ சொன்னது கொண்டு நான் இருந்து இவ்வளவும் கேட்டேன். ஞாயவும் அன்னியாயவும் எல்லாம் என் காரியத்துக்கு நான் தீருமானிச்சதுதான் கணக்கு. இந்த வயசு வரைக்கும், என்னை பிடிச்சுக்கட்ட ஒருத்தனையும் நான் அனுமதிச்சதில்லே. இப்போ நீ போ. நமக்கு பின்னெ பேசிக்கிடலாம்..."

தாமோதரன் சிரித்துக்கொண்டே இறங்கிப் போனான். என்ன இருந்தாலும் அங்குசாமி சஞ்சல மனசுக்காரனில்லை என்பது அவனுக்கு நன்றாகத் தெரியும்.

7

இரண்டு நாட்களாக சடைந்துபோய் படுத்துக் கொண்டிருந்ததினால், பங்கிக்கு சுற்றுவட்டமே சோகை பிடித்ததுபோல் தோன்றியது. காற்றடிக்கிறது. மரங்களில் இலைகள் எல்லாம் தளர்ந்த சலசலப்பில் ஆடுகின்றன. வீட்டின் பின்புறத்து மறைப்புரை ஓலைத்தட்டியில் படர்த்தியிருந்த பூசனிக் கொடியெங்கும் நிறைய மஞ்சள் பூ, குடை தூக்கி நிற்கிறது. கைத் தண்டளவு கனத்தில் பாம்பின் உடம்புப் புள்ளிபோல, குட்டையாக வளர்ந்து, குடையாக இலைபரப்பி நிற்கும் சேனைச் செடிகளின் அடியில், அடுப்படியிலிருந்து அள்ளிவந்த சாம்பல் மிச்சத்தைக் கொட்டிவிட்டு வந்தாள். கழனிப்பானையில் நிறைந்த தண்ணீர், நாற்றமெடுக்க ஆரம்பித்திருந்தது. இரண்டு நாட்களாக அடுத்த வீட்டுத் தொழுப்பக்கம் சாணிக்காகப் போகவேயில்லை. ஆகையால் கழனிப்பானை நிறைந்து தேங்கிவிட்டது. இரண்டு நாளில் வீடே அலமலங்கல் பட்டுவிட்டதை, ஒவ்வொன்றாக சீர் செய்துகொண்டு வந்தாள். அங்குசாமி விடியற்காலமே ஆற்றிற்குப் போய்விட்டிருந்தார். அவர் படுத்திருந்த அறை முழுதும், பீடித்துண்டுகளும், தீக்குச்சிகளுமாக இறைந்து கிடந்ததையெல்லாம் கூட்டிப் பெருக்கி வெளியே கொண்டுபோய் கொட்டினாள். துணிகளை ஒழுங்காக கயிற்றுக் கொடியில் மடித்துப் போட்டாள். அடுக்களை, பானை சட்டிகளையெல்லாம் கழுவிச் சுத்தம் செய்ய வேண்டுமானால் மேலெவிளை கிணற் றடிக்குத் தண்ணீர் எடுத்துவர போய்வர வேண்டும். மறைப்புரையினுள் இருந்த மண்குடம் உபயோகப்படுத்தா தினால், மேலெல்லாம் பச்சையாகப் பாசி படிந்திருந்தது. குடத்தை எடுத்து, கொஞ்சமிருந்த தண்ணீரை வாழை

மரத்து அடியில் ஊற்றிவிட்டு கிணற்றடிக்கு, சரல்மண் பாதையேறி நடந்துபோனாள்.

“ஆரு, பங்கியோ? ரெண்டு திவசமாயிட்டு ஒனக்கு தீனம்ணு அறிஞ்சேன். ஒண்ணு வந்து எட்டிப் பாத்துவிட்டு வர நேரமில்லெ பாத்துக்கோ. பிள்ளைகளுக்கெ அப்பன், ஒரு நாழிகை என்னைக் காணாவிட்டால் தாம்தீம்ணு நிப்பாரு...”

மேல்புறத்து வீட்டுக்காரி. நடுவயசுக்காரிக்கு, எப்பொழுதும் ‘பிள்ளைகளுக்கு அப்பன்’ பெருமை சொல்லித் தீராது. “பிள்ளைகளின் அப்பன் ஒரு சினிமா பாக்கிவிடாதெ கூட்டிக்கொண்டு போகும். பிள்ளைகளுக்கெ அப்பன் கடைப்பண்டம் என்ன கிடைச்சாலும் எனக்குண்ணு வாங்கிட்டு வரும். பிள்ளைகளுக்கெ அப்பன், எனக்குண்ணு ஒரு தலைவேதனை வந்தா, பின்னெ அந்த மனுஷனுக்கு ஜன்னிபாத ஜுரம் வந்தது போலதான். வைத்தியரு வீட்டுக்கு ஓட்டமும் சூடுதண்ணி எடுத்துத் தரவும் ஒரு பொடி பூரம் நடக்கும்...” இந்த மாதிரி குணக்காரிதான், ஒரு வாய்ப் பேச்சுக்குச் சொல்கிறாள், ‘பங்கியை பார்க்க வர நேரமே இல்லை’ என்று. அந்த சால்ஜாப்பை நிஜமாக்குவதற்காக, “அய்யோ இங்கே வா மோளே, தலையெல்லாம் எப்பிடி கெடக்குது” என்று பங்கியை அருகில் அணைத்து நிறுத்தி தலையைப் பரவி இரண்டொரு பேன் எடுத்து நகப்பொட்டில் வைத்து நெரித்து, ‘சூ’ கொட்டினாள். “தலை நெறைச்சு பேனு. சும்மா இருக்கும்போ ஒரு நேரம் வீட்டுக்கு வந்தாலாவது தலையை ஒண்ணு ஒதுக்கிக் கெட்டித் தரலாம். பாவம் பெண்ணு. தலையிலெ குட்டை சொமந்து சொமந்து உள்ள முடியெல்லாம்போய் உச்சி மொட்டைதான் ஆவும். தள்ளையில்லையானா அப்பன் சித்தப்பன்தான். உனக்கானால் வாஸ்தவத்திலேயே சித்தப்பன்தானே உள்ளது. நேரம் விடிஞ்சா ஆறே கதி. சாயங்காலமானா அந்த தகப்பன்காரனுக்கு கஞ்சியோ சோறோ ஆக்கிக் கொடுக்கணுமே. ஆமா, பங்கி மோளே, இப்போ எல்லாம் உன் தகப்பனும், உங்கிட்டே மீண்டுகூட கேக்கி’து இல்லியாமே ... நீ தீனமா கிடக்கும்போ, என்ன ஏதுண்ணு கேட்டானா. பாவம் அந்த தாமோதரன் செறுக்கன் இல்லாட்டா உன் பாடே திண்டாட்டம்தான்...”

“சும்மா என்னத்துக்கு அக்கா இந்த தாமோதரனை சொல்லணும்? அவன் என்ன இவங்க எனமா ஜாதியா, பின்னெ பங்கியொரு பாவத்தான் பெண்ணானதினாலே, நாட்டு ஜனம் நாலும் மூணும் சொல்ல வழியில்லே...” என்று அப்பொழுதுதான் கிணற்றடிக்கு வந்த மற்றொருத்தி பேச்சை இணைப்பு கட்டினாள். பங்கி, அரூபி – அவளுடன் ஆண்கள் பழகுவது சாதாரணமாகத்தான் என்று மறைமுகமாகச் சொல்லிக் காட்டியதில் அவளுக்கு திருப்தி.

“எனக்கு நிறைச்சு ஜோலி கெடக்கு அக்கா” என்றவாறு கிணற்றடிக்குப்போய் தாம்புக் கயிற்றை எடுத்து வாளியைப் பரபரவென்று கிணற்றில் இறக்கினாள், பங்கி.

ஒரே ஒரு குடம் தண்ணீர் கொண்டுவந்து விட்டவளுக்கு மறுபடியும் கிணற்றடிப் பக்கம் போகவே மனம் வரவில்லை. தண்ணீருக்குப் போய்வந்த பின்பு எதுவும் தோன்றாதவளாக வாசல் புறத்திலேயே வந்து அமர்ந்திருந்தாள். அடிக்கடி அங்கே சுற்றிவரும் கறுப்புநிற பெண் நாய் ஒன்று கர்ப்பமும், தொங்கு மடியுமாக ஓடிவந்து பங்கியின் காலடியில் படுத்துக் கொண்டது.

பங்கி எவ்வளவு நேரம்தான் அப்படியே இருந்தாளோ? மெல்ல மெல்ல இருட்டு கவிய ஆரம்பித்த வேளையில், தாமோதரன், கீழே, சரல் மண்பாதை ஏறி வீட்டிற்கு வந்து கொண்டிருந்தான். அவன் வந்து அருகில் நிற்பதுகூட அறியாத வளாகி பங்கி அமர்ந்திருந்தாள். தாமோதரனின் வருகை கண்டதும் படுத்திருந்த நாய் எழுந்து ஓடிப்போயிற்று.

“பங்கி... ஏய் பங்கிப்பெண்ணே” என்று நாலைந்து முறை கூப்பிட்ட பின்புதான் அவள் தன் உணர்வு கொண்டவளாக வாரிச் சுருட்டிக்கொண்டு எழுந்து நின்றாள்.

“அண்ணன் வந்து ரொம்ப நேரமாச்சா?”

“ஆளு வந்து ஏறினதே தெரியாமெ, சந்தியைக்கு விளக்கு கூட கொளுத்தாமெ என்ன இருப்பு பங்கி இது? போ... முதல்’லெ போய் அந்த அரிக்கன் வெளக்கை கொளுத்திக் கொண்டு வந்து எறப்பிலே தூக்கு... மூப்பன் இப்பத்தான் ஆற்றிலெ எறங்கி மேல் கழுவிக்கிட்டு இருக்காரு. கிளப்பிலெ ஏறி ஏதாவது கழிச்சிட்டுதான் வருவாரு... இந்தா, இந்த பொதியிலெ பலகாரம் இருக்கு... கஞ்சி எதாவது வெச்சியா? வெச்சிருக்கமாட்டே... உம், பொதியெடுத்து அகத்தெ வையி. நான் இன்னும் பெரைக்கு போவல்லே. முண்டு மாறல்லே...”

“கொஞ்சம் நிக்கணும் அண்ணா, அண்ணனும் அப்பனும் பேசிக்கிட்டிருந்ததெல்லாம் நான் கேட்டிட்டுதான் இருந்தேன்... என் பேரில் சிநேகம் உண்டுமானா அண்ணன் இனிக் கொண்டு, அப்பன்கிட்டே என் காரியமாயிட்டு ஒண்ணும் சொல்லண்டாம்... நான் ஒருத்திக்கு என் காரியம் பார்த்துக்கிடத் தெரியும். அப்படியொண்ணும் தன்னத்தான் சாவுதுக்கும் நான் தீருமானிச்சிட்டில்லே... நானும் சிலதெல்லாம் உறச்சு தான் வச்சிருக்கேன். எப்பிடியும் பெண்ணாப் பிறந்தவளா யிட்டு ஜீவிச்சு தலைநிமிர்ந்து நிக்கத்தான் போறேன்...”

பங்கி பேசிக்கொண்டேயிருந்தாள். அவளது புதிய முடிவையும், பேச்சிலிருந்த தீர்மானமான அழுத்தத்தையும் எண்ணி மனம் மகிழ்ந்தான் தாமோதரன்.

“இப்போதான் பங்கீ நீ அசல் தன்றேடமுள்ள பெண் பிள்ளை. வாறது வரட்டும்ணு ஜீவிக்கணும். அப்படி ஏதாவது வரவேண்டாதது வந்தால் வந்த எடத்திலே வச்சு கண்டுக் கிடலாம். அப்போ, போ. அந்த பொதியிலே புட்டும் பழமும் எல்லாம் இருக்கு. எடுத்திட்டு வந்து சாப்பிடு. வெளக்கு திரியை நல்லா நீட்டிவை. பிரகாசமாயிட்டு எரியட்டும்... சாப்பிடு, நாளெ காலத்தெ ஆற்றங்கரைக்கு உற்சாகமாயிட்டு என் கூட நீ வரணும். தேகத்துக்கு இப்போ க்ஷீணம் ஒண்ணும் இல்லியே? அதுதான் மனசு சோர்வு இல்லையானா தேக சோர்வும் இல்லையே. நீ கூட வள்ளத்திலே இல்லாத்தது ஒரு ஜோலியும் நடக்கமாட்டேன்குது... இன்னைக்கு அந்த ராஜம்மயாக்கும் மண்ணு சொமந்தா. அது ஒரு அசாத்திய வேலைக் கள்ளிதான்...”

“ஆரு, ராஜம்மையா? தாமோதர அண்ணா, ராஜம்மை நல்ல ஆளாக்கும், பார்த்துக்கோ. அவளெ ஒண்ணு சரியா வளைச்சு பிடிச்சுக்கோ, பிரயோஜனப்படும்...” என்று கவலை யெல்லாம் மறந்தவளாகக் கலகலவென்று சிரித்தாள், பங்கி.

“தொடங்கியாச்சா பரியாசம்? என்ன ஆனாலும் நீ, சிரிச்சப்பமே எனக்கு நெறஞ்சு போச்சு... சரி சரி, மூப்பரு இப்போ எறி வருவாரு, நான் மேலுகூட கழுவல்லே... வரட்டா?” என்று தாமோதரன் விடைபெற்றவாறு, பரவ ஆரம்பித்திருந்த இருட்டில் இறங்கி நடந்தான்.

8

நாலைந்து நாளின் இடைவெளிக்கு பின்பு, ஆற்றுக்கடவிற்கு வேலைக்கு வந்தபோது, பங்கியின் மனதிற்குப் புதிய உற்சாகம் பிறந்தது போலிருந்தது. வெயில் காலம் ஆரம்பித்துவிட்டதினால், ஆற்றில் நீர் குறைவாக ஒழுகிக்கொண்டிருந்தது. வள்ளங்கள் எல்லாம் ஆற்றின் மைய மேட்டிலேயே கிடந்தன. உயர்ந்த கரைகளின் இடிந்து தூர்ந்த மண் தடுப்பிற்கு அப்பால், வளர்ந்த பெரிய மரங்களுக்கு மேல், நிர்மல மான நீல வானம், ஒரு பஞ்சுமுகில்கூட இல்லாமல் துல்யமாகத் தெரிந்தது. பாலத்தின் நீண்ட நிழல் விழுந்த நீர் மேட்டிற்கு அப்பால் சுள்ளென்று வெயில் கொளுத்திக் கொண்டிருந்தது. ஆற்றின் இறங்கு துறையில் தண்ணீர் குறைவானதினால் இரண்டு யானைகளை இறக்கிக் குளிப்பாட்டிக்கொண்டிந்தார்கள். யானைகள், துதிக்கை களில். நீர் நிறைத்து முதுகில் கொட்டி குளிக்கும் காட்சியை வள்ளத்து வேலையாட்கள் வேடிக்கை பார்த்துக்கொண்டிருந்தனர்.

காலியான மண் கூடைகளைத் தலைமேல் சுமந்து கொண்டு வந்த வாக்கிலேயே ஆற்றில் இறங்கிய பங்கியை, ஒத்த வேலைப் பெண் ஒருத்தி, ஓலைக் கொட்டகையில் நின்றவாறு சத்தமிட்டுக் கூப்பிட்டாள். “ஏய் பங்கி – என்ன இன்னைக்கு இவ்வளவு துரிசம்? முண்டுகூட மாற்றாமெ ஆற்றிலெ எறங்கி ஓடுதே...”

பங்கி அப்பொழுதுதான் கவனித்தாள். வீட்டிலிருந்து வந்த வாக்கிலேயே, ஏதோ நினைவில் ஆற்றிலேயே வந்து இறங்கிவிட்டதை. தன் மனதிற்கு இன்று என்ன வந்துவிட்டது என்று எண்ணியவாறு மீண்டும் கரையேறி

வந்து, ஒரு மரத்து மறைவில் போய் கைலியை உடுத்திக் கொண்டு வந்தாள். ஆற்று வட்டம் என்றையும்விட இன்று கலகலப்பாக இருந்தது. அங்குசாமிகூட கொட்டகையினுள், யாருடனோ பேசி, வாய்விட்டுச் சிரித்துக்கொண்டிருந்ததை பங்கி கவனித்தாள்.

வள்ளமேட்டில் தாமோதரனும், வேறு நாலைந்து ஆட்களும் ஆற்றில் இறங்கி நின்று மணல் அள்ளி கூடைகளில் நிறைத்துக் கொண்டிருந்தார்கள். நீர் வடியும் குட்டைகளைப் பாளைத் தொப்பி அணிந்த தலைமேல் சுமந்து, நாலு பெண்கள் வள்ளத்தில் கொட்டிக்கொண்டிருந்தனர். பங்கி, வள்ளத்திற்கு வந்தபோது பெண்கள் எல்லாம் அவளிடம் குசலம் விசாரிக்கத் துவங்கினர்.

“பங்கிப் பெண்ணுக்கு தேகத்துக்கு தீரெ குணமாயாச்சா? அய்யோடி நான் ஒண்ணு ரெண்டுதரம் உன்னை வந்து பார்க்க வரணும்னு திரிப்பேன். அப்போ கண்டு ஏதாவதொரு இடஞ்சலு வந்து சாடும். பின்னெ, நாளை ஆவட்டும்ணு கருதுவேன். இப்பிடி நாளை நாளைண்ணு ஆயி ஒடுக்கம்வர ஒக்கல்லே...” என்றாள் ஒருத்தி.

“உனக்கெ அப்பன் மூப்பருட்டே வீடு எங்கேன்னு கேட்டப்போ, மூப்பிலான் சொல்லித்தரணுமே? ஜோலியப் பாரு பெண்ணே, அவ வீட்டிலெ சும்மாதான் கெடக்காண்ணு கண்ணிலெ எரக்கம் இல்லாமெ சொல்லீட்டாரு...”

“என்ன பொம்பிளைங்க. வர்த்தமானம் தொடங்கினா வேலை நடக்காது. வாய்தானே வர்த்தமானம் பேசுது. ஜோலி அதுபாட்டுக்கு நடக்கட்டும்... பங்கீ, வா இங்கே. குட்டை கொண்டு வா...” என்று பெண்கள் சபையைக் கலைத்தான் தாமோதரன்.

வேலை துரிதமாக நடந்துகொண்டிருந்தபோது கரைப் பக்கத்தில் யானையைக் குளிப்பித்துக்கொண்டிருந்த இடத்தி லிருந்து யானைக்காரர்களின் கூக்குரல் கேட்டது.

“ஓடி வாருங்களேன் பிடி ஆனைக் குழிக்குள் விழுந் திட்டுது... அய்யோ ஓடி வாருங்களேன்...” என்ற கூக்குரல் கேட்டதும் வள்ளத்திலிருந்தவர்களும், ஆற்றில் நின்றவர்களும், ஆணும் பெண்ணும் மண்வெட்டிகளும் கூடைகளும் வள்ளத் திலேயே போட்டு விட்டு ஆழத்திலிருந்து ஓடிவந்தனர். அதற் கிடையே கரைமேட்டில் மணல் குவியல் போடுகிறவர்களும் மணல் வாங்க வந்த வண்டிக்காரர்களும், பாலத்து மேல் ரோட்டில் நடந்து போனவர்களும், அக்கம் பக்கத்தினரும் கரையில் வந்து கூடினார்கள்.

பார்த்தபோது, குளித்துக்கொண்டிருந்த யானைகளில் பெண் யானை – மணல் எடுத்தபின் சகதியும் தண்ணீருமாகக் குமைந்திருந்த ஒரு பெரிய பள்ளத்தில் விழுந்துவிட்டிருந்தது. பள்ளம் சிறிதாக இருந்தது. யானை பெத்தாம் பெரிய ரகம். பின்னங்கால்கள் இரண்டும் வசமாக ஒரு மடையில் சிக்கிக் கொண்டுவிட்டதுபோல் தோன்றியது. கரையில் நின்ற கொம்பன் யானையிடம் வடத்தைக் கொடுத்து, பிடி யானையின் கழுத்தில் மற்றொரு நுனியைப் பிணைத்து இழுக்க வைத்திருந்தனர். இழுக்கும் யானையின் பலம் அதிகரிக்கும் போது, குழியினுள் அகப்பட்ட யானையின் பரிதாப ஓலம் அதிகரித்ததே தவிர சிக்கல் தீர்ந்தபாடாக இல்லை. கூட்டம் பலமாகக் கூடிவிட்டது. ஆற்றடி வேலை தடைபட்டது.

ஒவ்வொருவரும் ஒவ்வொருவித யுக்தியாகச் சொன்னார்கள். யாராவது ஓராள் பள்ளத்தில் இறங்கி, கால்கள் எப்படி சிக்கியிருக்கிறது என்பதைக் கணித்துவிட்டு அந்த தோதில் யானையை இழுத்தால்தான் விடுபடுமென்றான் பாகன். யானை குழியில் இருக்கும் போது, அதன் காலடியில் முக்குளித்துப் பார்க்க யாருக்கும் தைரியம் வரவில்லை.

மணல் எடுக்கும் தொழிலாளிகள் எல்லாம், "அய்யோ, நம்மக்கொண்டு ஆவாது. ஆனை வாக்கில்லாமல் ஒரு மிதி மிதித்துவிட்டால் நம்ம பிள்ளைக்குட்டிக்கு ஆள் இல்லாமெ ஆயிரும்" என்றார்கள்.

"பாவம் அதுக்கென்ன வேதனையோ? ஆரப்பா அது, மணல் கோரும் ஆளுககிட்டே கேட்டா தெரியுமே, அந்த பள்ளம் எப்படி? பாறையா, சகதியா, சரல் மண்ணா?"

"அந்த குழி கொஞ்சம் வழுக்கம் பாறைகள் உள்ளதுதான். ஆனையை குளிப்பாட்ட அந்த பள்ளவாக்கிலே எதுக்கு போய் இறங்கணும். சமுத்ரம்போல இந்தப் பக்கம் எவ்வளவு எடம் கெடக்குது ..." என்று தாமோதரன் குரல் கொடுத்தான்.

"அய்யோ அந்தப் பக்கமே எறங்கல்லியே. குளிப்பிச்சு கரையேற்றும் போதானே ஆனை எசப்பிசகா அந்தப் பக்கம் லாந்தி எறங்கிச்சு ... நாங்க கண்டமா, வெள்ளம் இல்லாத இந்த காலத்திலெ இப்பிடி குண்டும் குழியும் கெடக்கும்ணு ..." என்றான் யானைக்காரன், செய்வதறியாமல்.

கரையில் நின்ற ஆண் யானையின் கண்களிலிருந்து நீர் வடிந்துகொண்டிருந்தது. குழியிலிருந்த யானை திணறித் திணறி தும்பிக்கையை ஆட்டியும் உதறியும் முன்னங்கால்களை இழுத்து முன்னால் ஆய்ந்து கரையேற முயன்று திணறிக் கொண்டிருந்தது.

“என்னப்பா இது? தண்ணிக்கெ அடியிலெ, எந்த அளவு பாறை, எப்பிடி இருக்கும்ணு, நாள் முச்சூடும் இந்த ஆற்றிலெ கெடக்கக்கூடிய நமக்குத் தெரியலைன்னா அது பரமகஷ்டம் தான். ஒரு வாயில்லாத ஜீவன் கெடந்து பிராண வெப்ராளப் படுது. மனுஷ ஜன்மங்க, திருவிழா பாக்க கூடினது மாதிரி நிண்ணு வேடிக்கை பாக்குது நல்ல ஞாயம். மாறுங்கப்பா இப்பிடி... நான் ஒண்ணு குழியிலே எறங்கிப் பாக்கட்டும். எல்லாம், ஒரே தண்ணி மேலே தடம் பாக்குற ஆசாமிகளாத் தான் இருக்கே தவிர, காரியத்திலெ ஒண்ணுமில்லெ...” என்ற வாறு உடுத்தியிருந்த வேஷ்டியைத் தார் பாய்ச்சிக் கட்டிக் கொண்டு முன் வந்தார் அங்குசாமி.

“அய்யோ அப்பனை இறங்க வேண்டாம்ணு சொல்லு தாமோதர அண்ணா. நொந்து நிக்கக்கூடிய ஆனை என்ன தாவது செய்திட்டுதானா?... ஆராவது செறுப்பக்காறங்க இறங்குங்கோ...” என்று பரிதவித்தாள், பங்கி.

“அண்ணன் இப்போ, தண்ணீலையும் வெள்ளத்திலையும் ஒண்ணும் எறங்காண்டாம். எண்ணா, நான்தான் ஒண்ணு எறங்கிப் பாக்கேனே...” என்று அங்குசாமியைப் பின் தள்ளிக் கொண்டு ஆற்றில் இறங்கினான் தாமோதரன்.

தாமோதரன் ஆற்றில் இறங்கியதும், அவன் சேக்காளிகள் நாலைந்து பேரும் தண்ணீரில் குதித்து இறங்கினர்.

“அப்படி ஒற்றை ஒருத்தனை மட்டும், யானைக்கெ காலடியிலெ முக்குளியிட நாங்க விடமாட்டோம். வயசான அங்குசாமி அண்ணன் காரையில ஏறணம். ஆறு, நம்ம ஆறு, நம்மளெப் பெற்ற தள்ளயெப் போல. ஆற்றிலெ அப்பிடி ஒரு பிராணி கெடந்து பிராண வெப்ராளப்படுறதே நம்ம இனி பாத்து நிக்கண்டாம்... எறங்கடா பாஸ்கரா குழியிலெ... ஏய், ஆனைக்காரா, ரெண்டும் கல்ப்பிச்சுதான் எறங்குதோம், ஆனையெ கவனிச்சுக்கோ...”

கும்பல் ஆற்று விளிம்பிலேயே குழுமிவிட்டது. அங்குசாமி ஆற்றில் இறங்கினவாக்கில் முட்டளவு நீரில் விலகித்தான் நின்றிருந்தார்.

“மூப்பிலான் அப்படி துணிஞ்சு எறங்காட்டா அத்தரை பேரும் பார்த்துக்கிட்டுதான் நிப்பானுக...” என்று, அங்குசாமி யின் துணிச்சலுக்கு கூட்டம் பட்டயம் வழங்கியது.

கூட்டத்தின் அருகாமையும், கூச்சலும், ஓலமும் அதிகரிக்க வும், யானை இனம்புரியாத அவசத்தால் மிரண்டு பிளிறியது. பாகர்கள், வெட்டுக்கத்தியும் துறட்டியும் பிரயோகித்து

யானையைச் சல்லடையாகத் துளைத்து எடுத்தனர். யானையின் புதிய திமிர்ப்பைக் கண்டு, பள்ளத்தில் இறங்கத் தயாரானவர்கள் தயங்கி நின்றனர்.

"யானைக்கு இப்பம் மதம் பொட்டும்" என்று, கூட்டம் ஆரவாரித்தது. ஆரவாரம் அதிகரிக்க அதிகரிக்க, யானையின் வேதனைப் பிளிறலும், திமிர்ச்சியும் வலுத்தது. சட்டென்று என்ன மாறுதல் ஏற்பட்டதோ, யானை காலை உருவிக்கொண்டு, துதிக்கை முகம் குப்புற கரைவெள்ளத்தில் வந்து விழுந்தது. தண்ணீர்ப் பாங்கான இடமாதலால் யானை விழுந்த வேகத்தில் கூட்டத்தினர்மேல் தண்ணீர் அலையடித்துக் கொட்டியது போல் பிசிறடித்தது.

யானை விடுபட்ட வேகமும், தண்ணீர் தெறித்து எதிர்பாராத அதிர்ச்சியும் சேர்ந்தபோது கூட்டம், என்னமோ ஏதோவென்று விழுந்தடித்து ஓட ஆரம்பித்தது. கணநேரம் ஆற்றங்கரை திமிலோகப்பட்டது.

"ஓடாதீங்கப்பா, ஓடாதீங்க. ஆனைக்கு ஒண்ணும் இல்லெ. இந்தா அது எந்திச்சு நடந்து வருது... கண்டாத் தெரியலியா? எல்லாரும் இப்பிடி ஓடி பெகளம் கூட்டினா ஆனை மிரளும்..." யானைக்காரன் அலறினான்.

கூட்டம் ஒழுங்குபட்டு வந்து, பின்னங்காலில் ரத்தம் வழிய யானை கரையேறி வந்தபோது, ஆற்று விளிம்பில் புதிய ஒரு காரியம் நடந்துவிட்டிருந்தது.

கூட்டக் கலகலப்பில் கரையேறி ஓட நினைத்த அங்குசாமி, சகதியில் வழுக்கி, கால்பின்ன ஆற்றில் விழுந்துவிட்டார். தாமோதரனும் கூட்டாளிகளுமாக அவரைத் தூக்கி, மணல் கொட்டகை பெஞ்சுக்குக் கொண்டு வந்தபோது, அங்குசாமி, "ஓடம்புக்கு ஒண்ணும் அடிபடல்லே, இந்தா, எடது கை தெறம்பீட்டுது போல இருக்கே... கை கீழே தாத்த முடியல்லே. அய்யோ, வலி உய்யிரு போவுது... ஒரு வண்டி கெட்டப்பா. மாதவன் காண்டிராக்டருக்கெ வண்டி அங்கே நிண்ணுதே... அய்யோ, என்ன வலி வலிக்குது..."

அங்குசாமி இப்பிடி வாய்விட்டு அரட்டுவது, பங்கிக்கும் மற்றவர்களுக்கும் புதிதாக இருந்தது.

"ஓடனே வர்மானி வைத்தியன்ட்டே போணும். ஒரு மாதிரியானா அப்பன் இந்த நெலை நிக்கமாட்டா..." என்று விசனித்தாள், பங்கி.

மளமளவென்று, தாமோதரன்தான் எல்லா காரியத்திற்கும் முன் நின்றான். நிமிஷ நேரத்தில் வண்டி தயாராகி

புனலும் மணலும் 47

வந்து, எலும்பு வைத்தியர் வீட்டை நோக்கி, அங்குசாமியையும் ஏற்றிக்கொண்டு புறப்பட்டுப் போயிற்று.

காயம்பட்ட யானையைப் பாகன் நடத்திக்கொண்டு போனபோது, கூட்டமும் களேபரமும் ஓய்ந்து, ஆற்று வட்டம் கடைகட்டிய சந்தைமேடு மாதிரி வெறிச்சிட்டுக் கிடந்தது.

வெயில் காலத்து நீர் குறைந்த ஆறு, எதுவுமே நிகழாதது போல அமைதியாக ஒழுகிக்கொண்டிருந்தது.

9

உலகத்திற்கு எதுவுமில்லை. என்றும்போல் விடி கிறது. பொழுதாகிறது. அஸ்தமனமாகிறது. இருட்டு வருகிறது. பின்னும் விடிகிறது.

மனிதராசியை ஒட்டுமொத்தமாகப் பார்க்கும் போதும் எதுவும் இல்லை. ஒவ்வொருவரும் அவரவர் கள் வேலையில் ஈடுபடுகின்றனர். உண்ணுகின்றனர். உல்லாசத்தில் திளைக்கின்றனர். உறங்குகின்றனர். இதில் எங்கோ ஒரு மூலையில், நோயாளிகள், பட்டினிக்காரர் கள், நொண்டி பராரிகள்... உலக இயக்கத்தின் அத்தனை அமர்க்களங்களிடையே அவஸ்தையும், அவதியும் சின்ன விஷயங்கள். உலக அரங்கில் எல்லாம் அமைதி, எல்லாம் அமர்க்களம்... குடத்தினுள் இருட்டிற்கு விளக்கு ஏற்றவா வேண்டும்?

அங்குசாமிக்குக் கை சுளுக்கு, சாதாரணமானதாக முதலில் தோன்றியது என்றாலும், அதன் காரியார்த்தம் பெரிதாக இருந்தது. கையின் தோள்பட்டை இணைப்பு கழன்று மேலேறிவிட்டிருந்தது. அதை, எலும்பு வைத்தியர் காலால் மிதித்து கீழ் இறக்கிப் பொருத்தியபோது, உயிர் போய்விட்டுத்தான் திரும்பி வந்தது. ஆரம்பத்தில் சின்ன தாகத் தோன்றிய ‘சுகத்தப்பு’ நாள் செல்லச் செல்ல படுக்கையை விட்டெழுந்து வெளியே போகமுடியாத அளவிற்குப் பெரிய சங்கதியாகிவிட்டது. கையை உடம் போடு சேர்த்து வைத்துக்கொள்ள முடியவில்லை. புஜப்பட்டையில் வீக்க நீரு கட்டியிருந்தது. உள்ளூர வலி நமநமத்துக்கொண்டேயிருந்தது. வைத்தியர் தினமும் காலையில் வந்து, எண்ணெயிட்டு நீவி, தசை தசையாகப் பிரித்துப்பிரித்து அழுத்தி, “இங்கே எப்பிடி வலி, இந்தப்

பக்கம் வலி இருக்காதே. இங்கே ரொம்ப வலிக்குதோ” என, ஒவ்வொரு பகுதியாக விரல் வைத்து ஊன்றி ஊன்றிக் கேட்டார்.

“தோளிலே கை வைக்கும்போதுதான் நொம்பலம் பிராணம் போவுது. விலாப் பக்கத்திலெயும் வலிக்குது. வைத்தியரே, ஒருமாதிரிப்பட்ட வேதனையிண்ணா நான் கூட்டாக்க மாட்டேன். இது நெஞ்சுக்கம்பை குடையிது. வாயில்லாப் பிராணி வெள்ளத்திலெ கெடந்து நட்டம் திரியிது கண்டப்போ சகிக்காமெ உபகாரம் செய்யலாம்ணு எறங்கினேன். கடைசி யிலெ உபகாரத்துக்கு எறங்கினது உபத்திரவத்திலெ வந்து சேர்ந்துது. நம்ம நேரப்பலமே அப்படியாக்கும். ஒரு உபகாரத்துக் குண்ணு துணிஞ்சு வந்தேனானா, கடைசியிலே அது உபத்திர வத்திலெ வந்துதான் முடியும். எப்பிடியாவது இந்த வேதனையை ஒண்ணு நிறுத்தித் தந்திட்டா பின்னெ கைய்யே எடுக்க முடியாமெ ஆயிட்டாக்கூடெ காரியமில்லெ ...” வலியை, மென்று விழுங்கிய வாறு கெஞ்சுவதுபோல் கேட்கும் அங்குசாமியை பங்கியும், தாமோதரனும் பச்சாபத்தோடு பார்த்தனர்.

அங்குசாமியின் இந்த வேதனை பாவத்தைப் பார்க்கும் போதெல்லாம் தாமோதரனுக்கு, குழியில் விழுந்து கரையேறத் திணறிக்கொண்டிருந்த யானையின் அந்த பரிதாபமான முகச்சுளிவும் ஆதங்கமும் நினைவிற்கு வரும்.

“அங்குசாமி, இதுக்குக்கெடந்து ரொம்ப மனசைத் தளர விட்டிராதேயும், உம்ம கை புஜப்பட்டையின் எசவு பெரண்டு போயிருந்தது. அதை இப்போ நிமித்து நேரே போட்டாச்சு. இன்னி, இந்த எண்ணெயெ குளுக்க போட்டுட்டு வரணும். நீரு எறங்கீட்டுதுண்ணா இனி ஒண்ணுமிலெ... கொஞ்சம் வயசான ஒடம்பு அல்லவா, நாள் பிடிக்கும். சாயங்காலம் கொஞ்சம் முருக்கிலையும், உப்பும், கட்டிச்சன்னாயமும் வச்சு வடிய அரைச்சு, எளம் சூடாக்கி புஜப்பட்டை வீக்கத்தின் மேலே பத்துப்போடணும் ... என்ன பங்கியெம்மெ, முடங்காமெ இதெமட்டும் செய்திரணும். ஒண்ணுமே பயப்படண்டாம். நான் வரட்டுமா...” என்று ஆறுதலும் மருந்தும் சொல்லிவிட்டு இறங்கிப் போவார், வைத்தியர்.

அங்குசாமி படுக்கையில் ஆகி நாலாவது நாள் ஆகியிருந்தது. அன்றுவரையில் பங்கி, ஆற்றுக்கு வேலைக்குப் போகாமல் வீட்டில் இருந்தாள். காலையிலும் சாயங்காலமும் தாமோதரன் வந்து பார்த்து, வேண்டிய சாமான்களை வாங்கிக் கொடுக்கவும், வைத்தியரைக் கூட்டிவரவும் மற்றும் ஒத்தாசையாக இருந்தான். காலையில், பங்கி தாமோதரனுடன் பேசிக்கொண்டிருந்தாள்.

“அப்பனுக்கு நேத்தைக்கும் இண்ணைக்கும் கொஞ்சம் தேவிலை. கஞ்சியும் கூட்டானும் வச்சு வச்சிட்டு, நாளை முதல் நானும் வேலைக்கு வரலாம்ணு இருக்கேன்...” என்றாள்.

“நீ இப்பமே வந்து தீரணும்ணு என்ன துரிசம்? ஒண்ணு ரெண்டு நாள்கூட போயிக்கிடட்டுமே...” என்றான் தாமோதரன்.

“தாமோதரா!” என்று கூப்பிட்டார் அங்குசாமி, உள்ளே படுத்திருந்தவர்.

தாமோதரனும் பங்கியும் புரைநடையில், ‘என்ன?’ என்ற பாவனையில் நின்றனர்.

“தாமோதரா!”

“என்ன...?”

“பங்கி நிக்கணும்னு இல்லே. அவளும் ஆற்றுக்கு வரட்டும். எனக்கு கைக்குத்தானே தீனம். நான் பாத்துக்கிடுவேன். நடக்க வேண்டாம்ணு வைத்தியன் சொல்லிட்டாரு. அது இல்லாட்டா நானே வந்து மணல்புரையிலாவது குந்தி இருப்பேன்... இங்கே படுத்துக் கெடக்குது கெட்டிப்போட்டது போல இருக்கு... அது என் தலையிலெ எழுத்து. அதுக்கு அவ என்னத்துக்கு. அவளும் நாளைக்கொண்டு ஜோலிக்கு வரட்டும்” என்றார்.

10

பங்கியும் வேலைக்குப் போய், வீடும், சுற்றமும், தனிமையுமானபோது, அங்குசாமிக்கு எல்லாமே சூன்யமாகத் தெரிந்தது. காலாகாலாந்தரமாக தான் இந்தப் படுக்கையிலேயே படுத்துக்கொண்டிருப்பதாகத் தோன்றியது.

ஒன்றுமே இல்லை. தன்னால் இனி ஒன்றும் செய்ய முடியாது. எல்லாம் போயே போய்விட்டது. தான் இதுவரையில் கடினமாக வெறுத்து வந்த பங்கியின் உபசரணையில் இங்கேயே எத்தனை காலம் விழுந்து கிடப்பது? ஒரேயடியாக செத்தே போய்விட்டால் கவலையற்றுப் போய்விடும். அவன் மனைவி தங்கம்மை இருந்திருந்தால் எவ்வளவு ஆறுதலாக இருந்திருக்கும். இன்று தனக்கு யாருமில்லை. யாருமே இல்லை. இன்று நடுராத்திரியில் ஒழுகிப்போகும் ஆறு போல, தனியன்.

ஒருவேளை, நினைவு தெரிந்த நாளிலிருந்து தான் யாருமற்றவன்தானோ? இப்பொழுது ஏன் அப்படியெல்லாம் தோன்றவேண்டும்? வேகமும் வீறாப்பும், தெம்பும் இருந்த காலத்தில் யாரையும் பொருட்படுத்தவில்லை. யார் தயவும் வேண்டியிருக்கவுமில்லை. வாழ்விலேயே முதன்முறையாக இப்படியொரு வீழ்ச்சியும் அதனால் ஏற்பட்ட இயலாமையும் வந்து சேர்ந்திருக்கிறது... பூ, இதென்ன பிரமாதம். பத்து அல்லது பதினைந்து நாளில் தேறிவிடலாமென்ற சின்ன ஒரு நோக்காடு. இதற்குப்போய் வாழ்வின் எல்லையையும் முடிவையும் பற்றி சிந்திப்பதென்றால்... சீ, என்ன கோழைத்தனமான ஆண்மை! நோயிலிருந்து மீண்டு எழுந்துவிட்டால், அந்தப் பெண் செய்ததற்கு பிரதிபலனாக எதையாவது செய்துவிட்டு, நிமிர்ந்து நடக்க வேண்டியதுதானே?

வைத்தியன் தருவது மருந்து. மருந்து கசப்பாகத்தான் இருக்கும். அதற்காக வாழ்க்கை பூராவும் கசப்பாகிவிட்டது என்று எண்ணி எண்ணி சுருள்வது பேதமை... இல்லை, இனி அப்படி துவண்ட மனநிலைக்குப் போவதில்லை...

...காற்று வீசுகிறது. வெளியே மாமரங்களும், பிலா மரங்களும், தென்னைகளும், எல்லாம் அசைந்தாடுகின்றன. குளிருகிறது. ஒற்றைக் கையால் போர்வையை எடுத்துப் போர்த்தவேண்டுமென்று தோன்றவில்லை. அறை முகட்டைப் பார்த்தார். நெஞ்சு எலும்புகள் போல, கறுப்புநிறத் தென்னங் கம்புகள் வரிசையிட்டிருக்கின்றன. வேய்ந்திருக்கும் ஓலைகளின் இணைப்பு நாருகள்கூட இற்றுப் போயிருக்கிறது. ஓலை வேய்ந்து நாளாகிவிட்டது. மழைக் காலம் வரும் முன்பு வீட்டிற்கு ஓலை வேய்ந்தாக வேண்டும். ஓலை வேய வேண்டியது போல – எல்லா சங்கதிகளையுமே – மாற்றி புதிதாகச் செய்ய வேண்டும்; புதிதாக வாழ வேண்டும். புதிய ஆரம்பம் கண்டிப் பாக வந்தாக வேண்டும். சுவருக்கு வெள்ளை பூசியும் வருஷக் கணக்காக இருக்கும். மழையில் கூரை ஒழுகி, மண் கரைந்து சுவரோடு வடிந்த வடு சுவர் மேட்டில் அப்படியே இருக்கிறது...

...தங்கம்மை இருந்த காலம் வரையில் எல்லா காரியத் திற்கும் ஒழுங்கும் சிட்டையும் இருந்தது. தனக்கு முடி வெட்டிக் கொண்டுகூட மாசக் கணக்காகிவிட்டது. இப்போது ஐந்தாறு நாட்களாக முகக்ஷவரம் செய்துகொள்ளாதது வேறு முகத்தை அசிங்கம்படுத்துகிறது. அறை சுவரில் கண்ணாடி மட்டும் கை அகல வட்டத்தில் மாட்டியிருக்கிறது. அழுக்கு வேஷ்டியும் காக்கிச் சட்டையும் மூலைக் கயிற்றுக்கொடியில் அப்படியே தொங்குகின்றன. குட்டி யானை போல கறுப்புநிற கால்ப்பெட்டி, அறை மூலையில் இருக்கிறது. பீடியும் தீப்பெட்டியும் புகை படிந்த அரிக்கன் விளக்கும், தாமோதரன் எப்பொழுதோ கொண்டு வந்து போட்டிருந்த மலையாள ராஜ்யம் பேப்பரும் எல்லாம் பெட்டிமேல் இடம் பிடித்திருக்கின்றன. பங்கி, காலை யிலேயே கூட்டிப் பெருக்கி சுத்தப்படுத்தி இருந்ததினால், அறை சுத்தமாக இருக்கிறது. வைத்தியர் கொடுத்துவிட்டுப் போன எண்ணெய், குப்பியில் அப்படியே இருக்கிறது. அறை முழுதும் மருந்து எண்ணெயின் மணந்தான் நிறைந்திருக்கிறது.

...அப்படியே எவ்வளவு நேரம் படுத்துக்கொண்டிருப்பது? அங்குசாமி கையைத் தூக்கிப் பிடித்தவாறு, எழுந்து வந்து தெற்குப்புறத்து ஒரே ஜன்னலைத் திறந்து வெளியே பார்த்தார். நடுப்பகலின் தங்கவெயில் பளபளவென்று ஜ்வலிக்கிறது. விளைத் தோட்டத்தில், மரச்சீனி குட்டையாக, பச்சைப்பசுமையாக வளர்ந்து நிற்கிறது. கண்ணெட்டிய தூரம் வரையில் மரச்சீனியின்

குளிர்மையான பசுமை விரிந்து கிடக்கிறது. அதற்கப்பால், ரோட்டருகில் தாமோதரனின் ஒற்றை அறை வீடு. அந்த வீட்டின் ஓலைக்கூரை, வெயிலில் வெளிறி நரைத்துத் தெரிகிறது. தாமோதரனின் அறை வாசல் பூட்டித்தான் கிடக்கும். தான் ஆரம்பத்தில் வந்து குடியேறிய அந்த ஒற்றை அறை . . . தன்னைப் போல் தாமோதரனும் வளர்ந்து வருவானா? தான், தங்கம்மையை மணந்ததுபோல இவன் பங்கியைக் கெட்டிக்கொள்வானா? சீ, இதென்ன அர்த்தமற்ற சங்கல்பம். பங்கியின் அவலட்சணத் திற்கு தாமோதரனின் ஒழுங்கு, பக்கத்தில்கூட வரமுடியாதே, அவளை அவன் சகோதர பாவத்துடன் நடத்துவதற்கே இந்த ஜன்மம் கொடுத்து வைத்திருக்க வேண்டும். பாவம், தாமோதரன் நல்ல சிறுப்பக்காரன். இவன் யார்? இவன் எப்படி தனது வாழ்வோடு வந்தான்? தங்கம்மை உயிருடன் இருக்கும்போது, இவன் சிறுவனாக தன்னுடன் வந்து சேர்ந்த காலம் எல்லாம் நினைவு வந்தது.

. . . காலம்தான் எப்படியெல்லாம் வளர்ந்து உருமாறி வந்து விட்டது. ஆனாலும், தாமோதரன் மட்டும் அதே விசுவாச மனம் கொண்டவனாக அப்படியே இருக்கிறான். இந்தக் காலத் தில் இப்படியொருவனா என்று வியப்பாகத்தான் இருக்கிறது.

. . . சிரித்த முகம், கறுகறுவென்று, திடமான, நடுத்தர உயரமுடைய உருவம். யாரிடமும் அதட்டலாகக்கூட பேசமாட் டான். யாருமே கண்டதும் வெறுக்கும் பங்கியிடம், இவன் எத்தனை இதமாகப் பழகுகிறான். தாமோதரன் நல்லவன். அன்பு மனம் கொண்டவன். ஆறு அவனது விளையாட்டரங்கம். வள்ளம் அவனது வாகனம். ஆற்றில் மூழ்கி, முக்குளித்து மண் எடுப்பதும், நீரின் அழுத்தமான எதிர் ஒழுக்கில்கூட மூங்கில் கழியை ஊன்றிச்செலுத்தி துழைந்து வரும் அவன் ஆற்றின் செல்லப்பிள்ளை. ஆற்றின் வளர்ப்பு மகன். ஆற்றில் வளரும் மகன். ஆறே அவனுக்கு வாழ்க்கை. அதனால் அவன் ஆறுபோல குளிர் நிறைந்தவன், நிறைவானவன்.

– தாமோதரனின் நிறைவையே நினைத்துக்கொண்டிருந்த அங்குசாமிக்குக் கண்களில் நீர் பனித்தது. ஜன்னலருகில், வெகு நேரம் அப்படியே நின்றுகொண்டிருக்கவும் முடியவில்லை. சோர்வு அழுத்தியது. நாலே நாள், இயலாமையால் உடம்பும் மனசும் எவ்வளவு தளர்ந்துவிட்டன. இந்தச் சொத்தை உடம்பை வைத்துக்கொண்டு என்னவெல்லாம் ஆங்காரக் கூத்து ஆடி முடிக்கிறான், அற்ப மனிதன்! –

11

மீண்டும் படுக்கையில் வந்து படுத்துக்கொண்ட அங்குசாமி, கால்ப்பெட்டி மீது, ஒரு அலுமினிய மக்கில், பங்கி காபியை மூடி வைத்துவிட்டுப் போயிருப்பதைக் கவனித்தார். எழுந்து போய் அதை எடுத்து குடிக்கத் தோன்றவில்லை.

பங்கி! அவளது அருவருப்பான முகம், கண்முன் பெரிய வட்டமாக வந்து நிற்பதாகத் தோன்றியது.

'அப்பன், வெள்ளம் தாவிக்கும்போ பச்சவெள்ளம் எடுத்து குடிச்சிர வேண்டாம். பாத்திரத்தில் கருப்பட்டி காப்பி மூடி வச்சிருக்கேன்' என்று சொன்னபோது, அவள் முகம்... மூக்கு, கண் புருவங்களுக்கு உடனேயே கீழே உருண்டையாக விகாரமாக அந்த மூக்கு... சீ, பெரிய குட்டையான கண்கள்... எல்லாம், நினைவு வந்தன. தாகம்கூட தோன்றவில்லை. தங்கம்மை கறுப் பாக இருந்தால்கூட எவ்வளவு அழகும் துல்யவுமாக இருந்தாள். அவள் பெற்ற பெண்ணாக, பங்கியை எந்தப் பந்தியிலும் உட்கார வைக்க முடியவில்லையே... உடம்பு மட்டும் கட்டுகட்டென்று குண்டுக்காளி சிலை போல அமைந்திராவிட்டால் நாய்கூட இவளைப் பார்த்துக் குரைத்துவிட்டுத்தான் போகும்...

ஆற்றங்கரையில் அத்தனை பெண்களும் கூலி வேலைக்காரிகள்தான். புலச்சி – மாலை, தண்டாத்தி – அம்மு, பணிக்கத்திகளான செல்லம்மையும் பானுவும். ஈழத்திகள் – பவானி, ராஜம்மா, பாயி. ஒவ்வொருத்தர் முகமும், பாவமும் வெள்ளத்தில் நனைந்த அழுக்கு உடைகளுடன், அவர்கள் வேலை செய்யும் பாங்கும்... அவர்கள் மத்தியில் அசிங்கமே வடிவான பங்கியும்...

"அதோ அந்த லெக்ஷணக் கேடான குட்டி – ஏது பெண்ணு?" யாராவது புதிதாக, மணல் வாங்க வரும் லாறிக்காரனோ, வண்டிக்காரனோ சகிக்கமாட்டாத குறையாகக் கேட்பான்.

"அந்த பெண்ணு யாருண்ணு தெரியாதா? நம்ப பணிப் புரை மூப்பன் அங்குசாமி அண்ணனுக்கெ மோளு ..."

"அங்குசாமி மூப்பனின் மகளா? சே ..."

"என்ன நம்ப முடியவில்லையா? அங்குசாமியண்ணன்டே பாரியைடே மகளு ..."

"ஆ, அப்படி சொல்லு. அதானே, மூப்பனுக்கெ சாயைகூட தொட்டு தெறிச்சிட்டில்லியேண்ணு பார்த்தேன். மூப்பனின் சொந்த மோள் இல்லே. அந்த வகையில் சந்தோஷம்."

இதையெல்லாம் கேட்கும் சந்தர்ப்பம் ஏற்படும் போதெல் லாம் அவள் தனது மகள் இல்லையென்று எதிராளி புரிந்து கொள்ளும்போது மனத்திற்கொரு ஆறுதல் இருந்தது.

இந்த அற்ப ஆறுதல்கூட, "அப்பா, கஞ்சி வெளம்பி வச்சிருக்கு ..." என்று அவள் எதிரே வந்து நிற்கும்போது உடைந்து தூள் தூளாகிவிடுகிறது ... 'யாரிவள்? தன்னை "அப்பா" என்று கூப்பிட்டுக்கொண்டு?... சீ, பீடையே போ. தொலைந்து போ, என் கண்முன்னாலிருந்து' என்று எரிந்து விழத்தான் தோன்றும்.

"அண்ணனுக்கு எந்த நேரமும் அந்த பெண்ணை துஷிச்சு கொட்டு'து ஒரு சீத்த சுபாவமாய்ப்போச்சு ..." என்பான் தாமோதரன்.

பங்கியின் நினைவு ஏற்படுத்திய வெறுப்பு நுரைகளிடையே மயங்கியதுபோல, அப்படியே படுக்கையில் படுத்திருந்தார் அங்குசாமி.

"மூப்பரே, மூப்பரே..." என்று வெளியே யாரோ அழைக்கும் சத்தம் கேட்டதும், அங்குசாமி மெல்லக் கண்ணைத் திறந்து பார்த்தார். வள்ளக்காரன் மீரா சாகிப்பு. நரைத்துப்போன கப்படா மீசையுடன் உயரமாக வந்து நிற்கிறார்.

"ஆரு? சாயிப்பா? ... வாரும், இரியும் ... சும்மா இரியும். அதோ அந்த பெட்டிக்கே மேலே பேப்பரு கெடக்கு, அதுக்கெ மேலெ உக்காருமேன் ..." என்று பரபரத்தார் அங்குசாமி.

"நான் இருக்கேன். நீரு கெடந்து படபடக்காதியும்... சரி, இருந்தேன். கேட்டேரா, நான் இங்கே இல்லாமலிருந்தேன். நம்ம சொந்தத்தில் ஒரு பெண்ணுக்கு பேறு காலம். போத்தன்கோடு வரை ஒண்ணு போயிருந்தேன். நேற்றுதான் வள்ளம் கொண்டு போகலாம்ணு வந்தேன். வந்தப்போதான் சங்கதி அறிஞ்சேன்.

நீரு என்னத்துக்கு அந்த கூட்ட மேளத்திலெ போகணும்? வெள்ளத்திலெ சறுக்கி விழுந்தீராமே ... மூப்பரே, வெள்ளமும், செளியும், ஆற்றுக்கடவிலே நீரும் நானும் எல்லாம் எத்தரை கண்டோம் ... அதுதான் பாத்துக்கிடும். ஓரோண்ணுக்கும் ஓரோ சமயவும் காலமும் வரும்போ நடக்கவேண்டியது நல்லதோ சீத்தயோ நடந்துதான் தீரும். இதைத்தான் நாங்க, முஸல்மான்மாரு முசீபத்து என்று சொல்லுவோம் ... ஆமாம், அடி ரொம்ப பெலமோ?..."

"அடி பெலமோ, பெலக்குறவோ, கொஞ்ச நாளைத்தைக்கு வெச்சு அனுபவிக்கிறதுக்குள்ள வகை, வாக்காயிட்டு கிடைச் சிருக்கு ... இந்தா பாத்தேரா, கையை எடுத்து அசைக்க முடியல்லே, புஜக்கட்டிலெ நீரு வச்சிருக்கு. நம்ம வர்மானி வைத்தியன், தினசரியும் காலையிலெ வந்து எண்ணெயிட்டு தடவி விட்டு போறாரு. வயசு காலமானதினாலே நாள் கொஞ்சம் பிடிக்கும் எங்கிறாரு... இந்தா பாத்தேரா ...?"

"மூப்பரு எந்திக்காண்டாம், அப்பிடியே படுத்திரியும். ஆமா, இப்பிடி கையெடுத்து அசைக்க முடியாமெ கொண்டு கெடக்கும்போ ஒரு அஞ்சாறு நாளைத்தைக்கும் கூடெ, அந்த உம்மடெ மகளெ ஆற்றுக்கு அனுப்பாம இருந்தா என்ன?"

"சாயிப்பே, இங்கே நான் ஒண்ணும் சம்பாதிச்சு வைச்சிருக் கல்லே. எத்தரை நாளைக்குத்தான் வேலைக்கு போகாமெ இருக்க முடியும்? அதுவுமில்லாமெ, நீரு மகளுண்ணு சொல்லு தேரே ... ஆருக்கு மக? எப்பிடி மக ...? அதெ யோசிச்சீரா?"

"அந்தப் பெண்ணைப் பற்றி கேட்டா பின்னெ கிறுக்குத் தனமாயிட்டல்லவா பேசுவேரு ..."

"ஆமா, எனக்கு கிறுக்குத்தான். சவம் விட்டுத்தள்ளும். வேறு என்னவெல்லாம் விசேஷம்? இண்ணைக்கு ஆற்றுக்கட விற்கு போவீரா? மணல் இண்ணைக்கு என்ன வெலை தீருது?"

"மணலா? இது கன்னிமாசமில்லையா? மண்ணும் மணலும் ஆருக்கு வேணும்? குட்டைக்கு அஞ்சு காசானாலும் மணலு ஒருத்தருக்கும் வேண்டாம். நான் ஆற்றிலெ வள்ளம் இறக்கி இண்ணைக்கு அஞ்சாச்சு ... பின்னெ, குட்டைக்கார பிள்ளைகளுக்கு சோலி வேணுமே, ஆரெல்லாமோ அஞ்செட்டு பேரு மணல் கோருதா, உம்ம பொண்ணு சுள்ளையிலெ கல்லு சொமந்து அடுக்குதா ..."

"அவன், தாமோதரனை பாக்கலியா?"

"தாமோதரன் சுள்ளைக்கு போனதினாலெதானே அந்த பெண்ணும் கல்லு சொமக்க நிக்குது ... ஆமா, அந்த பைய னுக்கு உம்ம மகளெ கொடுத்தா என்ன ...? ஆற்றங்கரையிலெ

எத்தரையோ செறுப்பங்காரங்க இருக்கா, பெண்ணும் ஆணும். அவன் ... உம்ம மகளிட்டேயே சுற்றி வாறதும், சிரிச்சும் மயங்கியும் பேசுதும் எல்லாம் பாக்கும்போ சலம்பாமெ அவன் கெட்டிக்கிடுவாண்ணுதான் தோணுது ...”

“வோய் சாயிப்பே, அவன் ஒரு ஒண்ணாம் தரம் செறுப்பக்காரனாக்கும். அவனும் அந்தப் பெண்ணும் சிறிய பிராயத்திலேயே ஒண்ணிச்சு வளர்ந்தது ... அல்லாமலும் அவன், நான் ஒருத்தன் இருக்கக் கொண்டுதான், அடுத்த பெரையிலெ குடியிருந்தாலும், ஒண்ணுக்குள்ளெ ஒண்ணு போலெ பெருமாறுதான். அல்லாமெ, இந்த பரமசுந்தரியைக் கண்டு மோகப்பட்டொண்ணும் அவன் அப்பிடி திரியல்லெ ... அவனுக்கானா, வேறெ நல்ல பெண்தரம் வலிய வந்து சேரும் ...”

“இப்போ அவனே வந்து, இவளை நான் கெட்டிக்கிடு தேண்ணு வந்தாலும், நீரு சம்மதிக்க மாட்டேரு போலல்லவா இருக்கு, பாத்து வந்தப்போ ...”

“சம்மதிக்க மாட்டேன். அப்படி ஒரு நல்ல, யோக்கியவும் தரவுமான சிறுப்பக்காரனுக்கு இந்த மூங்கா பெண்ணைக் கெட்டிக் கொடுக்கமாட்டேன். நிவர்த்தி இல்லாத சமயத்திலெ, சவம், இந்த ரெண்டும் கெட்டதைப் பிடிச்சு ஆற்று வெள்ளத் திலெ முக்கினாலும் முக்குவேனே அல்லாம, தாமோதரன் இதைக் கெட்ட விடவும் மாட்டேன், சம்மதிக்கவும் மாட்டேன். இந்தப் பெண்ணைக் காட்டிலும் அவன்தான் எனக்கு பரம முக்கியம் ...”

“வோய் மூப்பரே, எப்பிடி இருந்தாலும் அது உமக்கு மக, மொறக்காரி. அதுக்கு ஒரு காரியம்னா உமக்கேன் இப்பிடி நெஞ்சு ஈரமில்லாமெ கலி வருது? நீரு அப்பிடி ஈவு இரக்கம் இல்லாத ஆசாமி அல்ல. நாலும் மூணும் விவரமில்லாத கூட்டத்திலையும் அல்ல ... பின்ன ஏன் வோய் அப்பிடி ...?”

மீராசாகிப்பு போய் வெகுநேரமாகிவிட்டிருந்தும், ‘அந்த பொண்ணுபேரிலே உமக்கு ஏன் இப்பிடி நெஞ்சு ஈரமில்லாமெ கலி வருது?’ என்று அவர் எறிந்துவிட்டுப்போன கேள்வி, அங்குசாமியைச் சுற்றி வளைத்துக்கொண்டு, நின்று ஓங்கார ஓலமிட்டது ... ஏன் அப்படி?

12

உச்சி வெயிலின் உக்ரம் குறைந்துகொண்டே இருந்தது. தூக்கமும் விழிப்புமான ஒரு அந்தரநிலையில் அங்குசாமி அப்படியே படுத்திருந்தார். பங்கியின் நினைவு தந்த வெறுப்பு. நீரில் எண்ணெய் போல மனதில் தனியாக நின்றது.

வெளியிலிருந்து காற்று வீசுகிறது. எத்தனை காலம் காற்றோடு போயிற்று...?

வெயில் மஞ்சளாக இறங்கி வருகிறது. மரச்சீனிப் புதர்களின் பசேலென்ற நாக்கு இலைகளின் பசுமையில், வெயில் நிறம் மாறி வெளீரடிக்கிறது. ஓங்கி, வளர்ந்து அடர்ந்த பெரிய புளிய மரங்கள். புளிய மரங்களின் கீழே, வெள்ளையடித்த சின்ன ஓலை வீடு. சாணி மெழுகிய சிறிய வராந்தா. ஒரு உள்புரை. புரையின் இடதுபுறம், கீழே இறங்கி, அடுக்களை. அடுக்களைக்கு ஓலைகட்டி மறைத்த புழக்கடை வாசல். அந்த வாசல் தட்டியைத் திறந்தால் பசேலென்று விசாலமான விளை. மஞ்சனாத்தியும், பெருமரங்களும். பெரும் பாம்பின் முதுகுபோல வெளேரென்று சாம்பல் நிறத்தில் பளபளத்த பேரக்காய் மரங்கள், சிலுவை சிலுவையாகக் கிளைபரப் பிய இலவ மரங்கள், நெடிது உயரமான காஞ்சிர மரங்கள், குடை பிடித்த பப்பாளி மரங்கள், ஆடலோட புதர்கள், காட்டாமணக்கின் பத்தல்கள் எல்லாம் நிறைந்து வனாந்திர மணமாகக் கவிந்த, விளை. விளைக்கு வரம்பு கட்டி ஒண்ணரை ஆள் உயரத்திற்கு நெடுக கருங்கல் சுவர். சுவருக்கப்பால் போலீஸ் பயிற்சிப் பள்ளியின் விசாலமான செம்மண் மைதானங்களும், மஞ்சள் நிறத்தில் உயரமான அலுவலகக் கட்டிடமும்...

ஓரமாக மதிலோடு சேர்ந்து, ஓடு வேய்ந்த சின்ன கோயில் ஒன்று! போலீஸ்காரர்களின் இஷ்ட தெய்வமான அனுமார் கோயில்!

– புளியமர வீட்டில்தான் தங்கம்மை குடியிருந்தாள். தங்கம்மை கறுப்பியானாலும் எவ்வளவு அழகாயிருந்தாள். தங்கம்மையை முதன் முதலில் பார்க்கும்போது அவள் ஒரு குழந்தைக்குத் தாயென்று தெரியவே தெரியாது. போலீஸ் கியாம்பு சமையல்காரர் குட்டன் மேஸ்திரியின் மகள், தங்கம்மா. அன்று, அங்குசாமிக்கு சாலைக் கம்போள கடைத்தெருவில் கூலி வேலை. சாலையிலிருந்து ஆற்றுமேட்டுத் துறைக்கு இரண்டு மைல் தொலைவிருக்கும். சொந்த ஊரான தூத்துக்குடியை விட்டு, சாலைக்கடைத் தெருவிற்கு வந்து, கூலி வேலை செய்து, வண்டி இழுத்து கஷ்டப்பட்டுக் காலம் கழித்த சின்ன வயசில், கடைத் திண்ணைகளிலும் ஒழிந்த மூலைகளிலும் படுத்துத் தூங்கிக் கழிந்த நாட்கள் போய், முதுகு நிமிர்ந்து, வயசும் திடமும் ஏறி, நாலுகாசு நிரந்தரமாக சம்பாதிக்க முடியும் என்ற காலம் வந்த போது, கடைத்தெரு ஊதாரிகளைப்போல கண்டதே காட்சி, கொண்டதே கோலமென்று உதிரி சதிரியாக வாழப்பிடிக்கவில்லை. செய்வது கூலி வேலையானாலும் மானத்துடன் ஒதுங்கி வாழ வேண்டும், நாலு நல்லவர்களைப் போல வீடு வாசல் என்று சீராக வாழ்ந்து, ஊரை விட்டு வந்ததின் பயனை அனுபவிக்க வேண்டுமென எண்ணினான். அந்த எண்ணத்தின் விடிவுதான், தங்கம்மையின் வீட்டிற்கருகில் உள்ள சிறிய சாய்ப்பு குடிசையில் வந்து குடியேறியது.

முதன் முதலாக வந்து, வீட்டைத் திறந்து பார்த்தபோது, ஒரே தூசும் துப்பறையுமாக உள்ளெங்கும் அலங்கோலப்பட்டுக் கிடந்தது. அதையெல்லாம் அடித்துப் பெருக்கி சுத்தம் செய்ய வேண்டும் என்ற எண்ணம் எழுந்தபோது, துடைப்பமோ மற்ற உபகரணப் பொருள்களோ இல்லையென்ற ஞாபகமும் வந்தது. அப்பொழுதுதான், மேலப்புறத்து வீடு கண்ணில்பட்டது. சட்டென்று, அங்கே போய் நின்றபோதுதான், முதன் முதலில், தங்கம்மை தரிசனம் கிடைத்தது.

"ஆரு? என்ன வேணும்?" என்று, வாசலில் வந்து நின்றாள். ஒற்றை நாலுமுழக் கைலி. மேல் மார்பு பாதி தெரிய வெள்ளை ரவுக்கை. கைலியின் முந்தாணி நீளத்தை எடுத்து ரவுக்கைக்கு மேல் சொருகியிருந்தாள். அதுநாள் வரை வெறும் வாழ்க்கை; உதிரி வாழ்க்கை வாழ்ந்தவனாக இருந்தாலும் அங்குசாமி கூச்சப்பட்டவன். பெண் என்றாலே ஒதுங்கும் சுபாவமுடையவன். திடுதிப்பென்று, வந்து ஏறிய இடத்தில் அலமலங்கலாக இந்தப் பெண்மை தரிசனம். அங்குசாமி நாணிக்கொண்டே

தலை குனிந்து நின்றான். ஒரு கணம்தான். மறுகணம், தன்னைச் சமாளித்துக்கொண்டு சுதாரிப்புடன் பேசினான்.

"கீழே உள்ள சாய்ப்பு முறியை நான்தான் வாடகைக்கு எடுத்திருக்கேன். ஒண்ணும் எடுத்துக்கொண்டு வரல்லே. கொஞ்சம் அடிச்சு வார வேண்டியிருக்கு. தொறப்பை கெடச்சாக் கொள்ளாம். இங்க..." என்று இழுத்தான் அங்குசாமி.

"...இங்கே நானும், என் அப்பனும், ஒரு கொழந்தையும் தான் உள்ளது. அப்பனுக்கு இந்த போலீஸ் காம்பில் குசினி வேலை. குட்டன் மேஸ்திரிண்ணு தெரியாதா?"

"அய்யோ அவரைத் தெரியாமலா? அவருகூட சொல்லித் தான் எனக்கிந்த முறியே வாடகைக்கு கெடச்சுது. ஆனா மேஸ்திரிக்கு இப்பிடி ஒரு மோளு உண்டுமுண்ணு மாத்திரம் தெரியாது. சொல்லீட்டும் இல்லே..."

"அப்பனுக்கு தெரிஞ்சுதான் உங்களுக்கு வாடகைக்கு எடம் கெடச்சுதா? அப்போ ஒரு மரியாதி உள்ள ஆளாயிட்டுதான் இருக்கணும்..." சொல்லிவிட்டு லேசாகப் புன்முறுவல் காட்டினாள்.

தன்னை மரியாதைக்காரன் என்று ஒரு பெண், முகத்திற்கு நேராக சொன்னபோது அங்குசாமி பாடு பரிதாபகரமாக இருந்தது. எனினும் சமாளித்தவாறு, "தொறப்பை கெடைச்சாக் கொள்ளாம்" என்று வந்த காரியத்தை நினைவூட்டினான்.

"தொறப்பை தரலாம் தூத்துக்கூட்ட ஆள் உண்டுமா?"

"அதுக்கெல்லாம் பிரத்தியேகமாயிட்டு ஆளு எதுக்கு...? எல்லா ஜோலியும் தன்னைத்தானே செய்ய நல்ல சீலம் உண்டும்." இதைச் சொல்லும்போது, அங்குசாமியின் குரலில் கொஞ்சம் தெம்பு கலந்திருந்தது.

"அய்யோ ஆளு கண்டது மாதிரி அல்லல்லோ... இனி நிறுத்தி தாமசிச்சா, கேறிவந்து எடுத்தாலும் ஆச்சரியமில்ல..." என்றவாறு உள்ளே போய் துடைப்பத்தை எடுத்து வந்து அவனிடம் கொடுத்த தங்கம்மையின் சிரித்த முகம், அங்குசாமி யின் மனதில் அன்றே குடியேறிவிட்டது.

தினமும் விடியற்காலையில் எழுந்து, அறையைப் பூட்டி விட்டுப் போனால், பிறகு – இரவு எட்டு ஒன்பது மணி இருட்டில் தான் திரும்பி வருவது. வரும்போது, வேலை செய்த அயர்வை யும் கொண்டு வருவதால், 'அம்படா' என்று நீட்டி நிமிர்த்தி படுத்துறங்க தோன்றுமே தவிர, அக்கம் அசல், ஊர் உலகத்தைப் பற்றி எண்ணிப்பார்க்க நேரம் இருந்ததில்லை. ஒற்றை அறை. புல் பாயும், தலைகணியும். குடிக்கத் தண்ணீருக்கு ஒரு மண்கலம். அலுமினிய தம்ளர். தோட்டத்திற்குப் போக, ஒரு

சின்ன இரும்பு பக்கெட். உமிக்கரி டப்பா. முகம் பார்க்க சிறிய கண்ணாடி. ஒரு மூணரை ரூபாய் ஸ்டூல். மூலையில் துடைப்பக்கட்டை. இவைதான் அங்குசாமியின் உடமைகள்.

மாதத்தின் கடைசி வியாழக்கிழமை இரவுகளில் போலீஸ் காம்பு அனுமார் கோயிலிலிருந்து பஜனைப் பாட்டுகள் கேட்கும். போலீஸ்காரர்களின் கரகரத்த குரலில் உள்ள கோரஸ் பாட்டு, அனுமார் சாமிக்கு எப்படி பொறுக்க முடிகிறதோ என்று எண்ணிப் பார்த்து முடிப்பதற்குள் அங்குசாமிக்குத் தூக்கம் வந்துவிடும்...

அப்படி ஒரு பஜனை நாளின் களேபர ஓசைகளிடையே வந்து படுத்திருந்த அங்குசாமிக்கு, வெகு நேரம் தூக்கமே வரவில்லை. அன்று, கடைத்தெருவில், உப்பு மூட்டை லாறி லோடு வந்திருந்ததை முதுகு நோக இறக்கி அடுக்கிய நசநசப்பு சாமியார் ஹோட்டல் முடுக்கு பைப்பில் தேய்த்து குளித்த பின்பும், இன்னும் முதுகை அரிப்பது போலிருந்தது. புரண்டு புரண்டு படுத்தான். வெளியே புளியமரத்து இருட்டுப்பச்சையி லிருந்து ஒரு ஆந்தை வேறு கரைந்துகொண்டிருந்தது. சுவர்க் கோழி சலங்கை சங்கீதம் மீட்டிக்கொண்டிருந்தாலும், போலீஸ் குரல்களின் பஜனை கோரஸ், நினைவை அறுத்தறுத்து உதறிக் கொண்டிருந்தது. புற உலகின் அலமலங்கலை மெல்ல மெல்ல நழுவ விட்டுவிட்டு காதை, தலைகணியில் அழுத்திப் புரண்டு படுத்தபோது உறக்கம் எட்டிப் பார்ப்பது போலிருந்தது. எவ்வளவு நேரம் அப்படியே படுத்திருந்ததென்பது நினைவில்லை.

ஓ' – வென்று ஒரு அலறல் சத்தம் கேட்டது.

திடுக்கிட்டு, சட்டென்று விழித்து குரல் வந்த திசையை நிதானிப்பதற்குள் மீண்டும் அதே அலறல். மேற்கு வீட்டிலிருந்து வந்த அந்த சத்தம் பெண்ணின் குரலாக இருக்கவும், பிறகு நிதானித்திருக்காமல் எழுந்து கதவைத் திறந்துகொண்டு இறங்கி அங்கே ஓடிப்போய் நின்றான்.

குட்டன் மேஸ்திரி நரைத்த முழுமீசையும், குட்டை உருவமுமாக, வெறும் கைலி முண்டை, வயிற்றுக்குமேல் கட்டிக்கொண்டு, திண்ணையில் அங்குமிங்கும் நடக்கிறார். மங்கலான அரிக்கன் விளக்கொளியில் இவனைக் கண்டதும்,

"கீழவீட்டு புதிய ஆளா?... ஒண்ணுமிலெ. என் மகள் பெண்ணு போட்ட சத்தத்திலே நீங்க பயந்து போயிட்டீங்க. நான் நினைச்சேன். புதிய பொறுதிக்காரனாச்சே, 'பேடிச்சு போயிருப்பேண்ணு' நினைச்சது போல ஆச்சு... ஒண்ணு மில்லே. இந்த அனுமார் சாமி விசேஷ பூஜை நாள்தோறும் அவளுக்கு ஒருமாதிரி சாமி ஆராசனை போல வரும். ரெண்டு

தவணை கிடுகிடுண்ணு இப்பிடி அலறுவா. பின்னெ, முறிச்சுப் போட்டது மாதிரி விழுந்து கிடப்பா... அவ்வளவுதான். தம்பி, என்னமோ ஏதோண்ணு பயந்து போயிருப்பே... இந்தா வேணுமானா, உள்ளெ வந்து பாரேன்... பேசாம படுத்துக் கெடக்கா... ஒண்ணும் அறியாத்தது போல...

அங்குசாமி, திண்ணை வாசல்மேல் நின்றவாறு, உள்ளே, மங்கலான விளக்கொளியில், வெறும் தரையில் விழுந்து, கிடக்கும் தங்கம்மையைப் பார்க்கிறான். வெறுமனே உறங்குவது போல, கால்களையும் கைகளையும் நெட்டுக்கு நீட்டி, அட்டென்ஷன் செய்யும் போலீஸ்காரன்போல படுத்திருக் கிறாள். மார்பின் நிமிர்ச்சியும், உறங்கும் முகத்தின் அழகும் தான் பிரமாதமாக்கப்பட்டது. 'இவளா கொஞ்ச நேரத்திற்கு முன்பு அப்படி கத்தினாள்?' நம்பவே முடியவில்லை... அந்த மயங்கிய நினைவு மீளுமுன்பே, அவள் காலடிவாக்கில் இருட்டாக அமர்ந்திருந்த, அந்த ஐந்து வயதுக் குழந்தை உருவம்... பங்கியை, அந்த மங்கல் இருட்டில்தான் அங்குசாமி, முதன்முதலில் கண்டான். அய்யே, ... குழந்தையா அது? கோட்டான் குஞ்சு. பெரிய கண்களும், ஒழுகல் மூக்கும், பீத்தை வாயும், பரபரவென்று முடிவளராத தலையும், சீ... விழுந்து கிடக்கும் தங்கம்மையின் கவர்ச்சியை மனது படிக்கும் முன்பே... அந்த அசிங்கம், மனதை எட்டித் தள்ளிவிட்டதோ? வெளியே வந்துவிடுகிறான்.

"தம்பி, உக்காரு. ஒண்ணும் பயமே இல்லை. இது அனுமான் சாமியின் விளையாட்டாக்கும். பதிவுள்ளதுதான்... இனி இந்த வாக்கிலே படுத்து தூங்கிட்டாளானா நேரம் விடிஞ்சிரும். பிறகு ஒண்ணுமில்லே... நீ அந்த பெரையிலே வந்த பின்பு ஒருதடவெ, வந்து பாக்கணும்ணு நினைச்சேன், நேரமில்லாமெ ஆயிப்போச்சு. முன்னாலெ இந்த கியாம்பிலுள்ள ஒரு போலீஸ் காரன் தாமசிச்சிருந்தான். என்ன இருந்தாலும் இவனுகளெ நம்பமுடியாது பாத்துக்கோ, தம்பி. இப்ப அவன் கல்யாணம் காட்சியிண்ணு ஆயி, வீடுமாத்திப் போயிட்டான்... இந்த காம்பவுண்டும் வெளையும் தோட்டமும் எல்லாம் சர்க்காரு வகை. நாம இருக்கிற காலம்வரை நமக்கு. உனக்கு வாடகைக்கு தந்திருக்கிறதுகூட ரகசிய காரியம்தான்... தோட்டம் கெடக்குது காடுபோல. ஆனா நமக்கு இதிலெ ஒண்ணுமில்லே... ஆமா, சாயங்காலம்போல உன்னைப் பாத்தேன், முறி பூட்டிக் கெடந்தது..."

"நம்ம வேலை, சாலைக்கடை உத்தியோகமாச்சே. நேரம் விடிஞ்சு எந்திச்சு போனா, பின்னெ ராத்திரிதான். காக்கை யும் குருவியும்கூட வெயில் சாஞ்சா கூட்டுக்கு வந்திரும்.

நம்ம மனுசப் பிறவி, ஒசத்திப் பிறவிக ஆச்சே... ராத்திரியுமாவும்... அதுக்கு மேலெ நடுராத்திரியும் ஆவும்... பிறகுதான், குளியும் உறக்கவுமெல்லாம்."

"தம்பி, நீ பாண்டிக்காரனா, இல்லெ, நம்ம நாகர்கோயிலு பக்கமா?"

"நமக்கு சொந்த நாடு தூத்துக்குடி, சேவியர் தெரு. ஆனா இப்போ சாலைக்கம்போளமும், இந்த ஊரு ஆளுகளும்தான் சொந்தம். ரொம்ப சின்னப்பிராயத்திலேயே, வீட்டிலே கோவிச்சுட்டு புறப்பட்டு வந்திட்டேன். இப்போ கிட்டமுட்ட பத்து முப்பது வயசுமாச்சு. இனியும் அந்தப்பக்கம் திரும்பிப் போகணும்னு இல்லே, ஆரும் தேடி வரவுமில்லே... ஆமா, நீங்ககூட மலையாளத்து ஆளாயிருந்து சுத்தமா தமிழு பேசுதளே, அதெப்பிடி?"

"தம்பி, நம்ம தொழிலு சமையலு. போலீஸ்காரங்ககூட சகவாசம், ஆனதினாலெ மேலதிகாரிகள் பலரும் மாத்தி மாத்தி வருவா. காம்பு அது இதுண்ணு, பல ஊருக்கு இழுத்துக் கொண்டு போவா, எனக்கு தமிழு தெரியும். ஏன் இந்தி – இங்கிலீஷ்கூட பேசுவேனே..."

"அதுதான் தெரியுதே. சரி, நான் போய் படுக்கணும்" என்று எழுந்த அங்குசாமியை, வாசல் இருட்டு வரைக்கும் நடந்துவந்து வழியனுப்பினார், குட்டம் மேஸ்திரி.

"பயப்படாமெ போய் படுத்துத் தூங்கு தம்பி..." என்றார்.

"பயமா? எனக்கா?" என்று நின்றான் அங்குசாமி.

"பயமில்லாத ஆசாமிண்ணு முதல்'லெ அறிஞ்சாச்சு... ஆமா, இனி ஒரு பெண்ணுங்கூட கெட்டி சுகமாயிட்டு கழிஞ்சா என்ன?"

"பெண்ணு கெட்டணும்கிற ஆசையே இல்லே."

"அப்போ நல்ல கூத்து. இங்கே, அனுமார் சாமி சன்னதியிலெ வரக் கூடியவங்களெல்லாம் இப்பிடியா வரணும்?... சரி, போய் படு பிள்ளெ. இருட்டிலெ நிண்ணு பேசண்டாம்."

அங்குசாமி விடைபெற்றுத் திரும்பினான்.

13

மறுநாள் விடிந்தபோது, பல் தேய்க்கும் சாக்கில் உமிக்கரியும் கையுமாக வெளியேவந்து மேல வீட்டைப் பார்த்தபோது, அந்த ஒழுகல் மூக்கு கோட்டான்தான் பார்வையில் பட்டது. 'சீ'யென்று குமட்டி வந்தபோது, பல் தேய்த்து உமிழும் சாக்கில் 'தூ'வென்று நீட்டி துப்பினான். அரவம் கேட்டோ என்னமோ, தங்கம்மை வாசல் கூட்டும் வேலையை விட்டுவிட்டு, கொஞ்சம் எட்டி வந்து நின்று இங்கேயே பார்த்தாள்.

"ராத்ரிக்கு நான் பயந்தல்லவா போனேன். இருந்தாலும் பொம்பிளை இப்பிடியா?" என்று சொல்லிச் சிரித்தான், அங்குசாமி.

தங்கம்மை அதற்குப் பதில் ஒன்றுமே சொல்லாமல், கொஞ்சம் நாணம் கலந்த ஒரு சிரிப்பை மட்டும் காட்டி விட்டு, கீழ் மண் நிலத்தை கால் விரலால் அளைந்து கொண்டிருந்தாள். கிழக்கே, உயர்ந்து பொங்கி வளர்ந்திருந்த காஞ்சிர மரக் கரும் பச்சைக்கு மேலே, உதய சூரியன் கிரணங்களைப் பரப்பி எழுந்து வந்துகொண்டிருந்தான். பசேலென்று தோட்ட விளைபரப்பு சூரியனின் புத்தொளியில் பளபளத்துக்கொண்டிருந்தது. பீனியும், குருவியும், மைனாப்புட்களும் எங்கெல்லாமோ இருந்து பல்வேறு குரல்ஜாலங்களால் உதய வாழ்த்து இசைக்கின்றன. வால்நீண்ட கறுப்புப்பறவை ஒன்று, இலவ மரத்தின் இலையில்லாத கிளையில் அமர்ந்திருந்து டொக்கு, டொக்கென்று மரத்தை அலகால் தட்டிக்கொண்டிருந்தது. அங்குசாமி, அங்கு வந்து நாட்கள் ஆகியிருந்தும், காலை வேளையின் புல்லரிப்பை அன்று முதன்முதலாக அனுபவித்தான்.

“இனிமேல் இப்பிடி பாதிராத்ரி அனுமான் சாமி வரக் கூடிய நேரத்திலெ நம்மளையும் ஒண்ணு அறியிக்கணும். சாமிகிட்டே நமக்கு சில காரியங்கள் எல்லாம் கேக்கக் கெடக்குது...” என்றான் அங்குசாமி.

“அனுமாரு சாமியெ அப்பிடி ஒண்ணும் நிசாரமாக் கண்டாம். அவரவர்க்கு வரும்போதுதான் அந்த காரியம் தெரியும்.”

“அய்யோ, நான் உங்க அனுமாரெ அப்பிடியொண்ணும் நிசாரப்படுத்தல்லியே. இனிவரும்போ, நமக்கும் ஒண்ணு காணணும்னிட்டுதானே சொன்னேன்...”

“கொள்ளாமே. ஆனா, பூச்சை போல இருக்கிறதைக் கண்டப்பம் பாவம்ணு கருதினேன். இப்போ ஆளு தரக்கேடில்லியே...”

“நானும் அப்பிடித்தான் நினைச்சிருந்தேன். நேத்தைக்கு ராத்ரி அந்த சத்தம் கேட்டப்போதான், இது பூச்சையல்லண்ணு அறிய முடிஞ்சுது.”

“அம்மச்சி தோ அப்பூப்பன் விளிக்கிணு...” என்று, அந்தக் கோட்டான் வந்து தங்கம்மையின் முண்டு முந்தானையை இழுத்தது. தங்கம்மை, பல்லின் துல்ய வெள்ளை அழகு தெரிய ஒரு சிரிப்பைச் சிந்திவிட்டு உள்ளே போனாள். அந்த சின்னக்குழந்தை பங்கி, தனது அவலட்சணத்தைக் காட்டி, இவனை “வெவ்வே” காட்டியது. “சீ, லெட்சணம் கெட்டதே. போய்த்தொலை” என்று முணுமுணுத்தவாறு, பல் தேய்த்து முடித்துக்கொண்டு உள்ளே போனான், அங்குசாமி.

அந்த அவலட்சணம் வந்து பாட்டன் கூப்பிடுவதாக இழுத்துக்கொண்டு போகாவிட்டால், இன்னும் கொஞ்சம சுவாரஸ்யமாகப் பேசியிருக்கலாம் என்ற ஆதங்கம், அன்று பூராவும் அங்குசாமியின் மனதை அரித்தது.

தங்கம்மை பற்றிய முதல் கிளுகிளுப்பு அரும்பிய நாளிலேயே, பங்கியின் மேல் விழுந்த வெறுப்பு வேரிடத் துவங்கியதோ?

“தூ...”

சட்டென்று விழிப்பு வந்தது. கண்களைத் திறந்து பார்த்த போது, பொழுது சாய்ந்திருந்தது. திறந்து கிடந்த ஜன்னலுக்கு அப்பால், மரச்சீனிப் பச்சையும், புளிய மரப்புதர்களுமான வானச் சரிவில், பொழுது மஞ்சள் சிலிர்ப்பாக இறங்கிப் போய்க்கொண்டிருந்தது. நன்றாகப் பசித்தது. அன்று பூராவும் ஒன்றுமே சாப்பிடவில்லையென்ற காரியம் அப்பொழுதுதான் நினைவு வந்தது.

இனியென்ன? தாமோதரன் வரட்டும். அந்த மூதி வரட்டும். அவளை 'மூதி'யென்று ஏன் நினைக்கணும்? அவள் ஆக்கித் தருவதை உண்ண முடிகிறது. அவள் பராமரிப்பதை ஏற்க முடிகிறது. அவளைப் பார்த்துப் பார்த்து வெறுப்பை மனதில் நிறைத்து வைத்திருந்தாலும், பங்கி இல்லாமல் காரியம் உண்டா? என்னதான் ஒட்டி வந்தவனாயிருந்தாலும் தாமோதரன் அன்னியன்தானே?

வெளியே, பங்கியும் தாமோதரனும் வரும் பேச்சருவம் கேட்டது. முதலில் பங்கிதான் உள்ளே வந்தாள். தாமோதரன் அவன் புரைக்குப்போய் உடை மாற்றிவிட்டுத்தான் வருவான்.

"அப்பா!" என்று மெல்லக் கூப்பிட்டாள்.

எப்பொழுதுமே, அவள் கூப்பிட்டு, அவர் என்ன என்று கேட்டதில்லை.

உள்ளே நுழைந்தவள், அங்குசாமி படுக்கையில் படுத்திருப் பதைக் கண்டதும், தூங்குகிறார் என்று நினைத்தவளாக, பெட்டி மேல் மூடி வைத்திருந்த காபி ஏனத்தைத் திறந்து பார்த்தாள். வேலைக்குப் போகும் போது வைத்துவிட்டுப் போனதுபோல எல்லாம் அப்படி அப்படியே இருக்கக் கண்டதும், அவர் பக்கம் திரும்பி, "அப்பா, உறங்குதேளா?" என்று கேட்டாள். அங்குசாமி படுத்தவாறே மெல்ல திரும்பி அவளைச் சும்மா பார்த்தார்.

"அப்பன் ஒண்ணுமே குடிக்கல்லியே. சூடாயிட்டு கொஞ்சம் சோறு ஆக்கித்தாறேன். தாமோதர அண்ணன் இப்போ வரும்" என்றவாறு அவள் அடுக்களையினுள் புகுந்தாள்.

சிறிது நேரத்தில் தாமோதரனும் வந்து சேர்ந்தான்.

"அப்பன் இண்ணைக்கு ஒண்ணும் திங்கவும் இல்லே, குடிக்கவும் இல்லே தாமோதர அண்ணா. கை இப்படி இருக் கும்போ திங்கவும் குடிக்கவும் செய்யாட்டா தேகம் ஷீணிச்சுப் போகாதா? எந்திச்சு நடக்கத் திராணி எப்பிடி கிடைக்கும்? அண்ணன்தான் சொல்லணும்" என்றவாறு அடுக்களையுள் வேலையில் மும்முரமானாள், பங்கி.

"அண்ணன் ஒண்ணுமே சாப்பிடலையா, இது தரக் கேடில்லையே, சின்னப்பிள்ளைகளைப் போல..."

"சாப்பிட வேண்டாம்ணு இல்லே, தாமோதரா. ஏதோ இன்னைக்கு, நம்ம வள்ளக்காரன் மீராசாகிப்பு வந்தாரு. பேசிக்கிட்டிருந்தோம். பழைய ஞாபகமெல்லாம் வந்தது. ஒண்ணு கண்ணு மயங்கி எந்திச்சப்போ அந்தியாயிப்போச்சு..."

"அவ்வளவுதானா சங்கதி. வேறே ஒண்ணுமில்லியே... இண்ணைக்குப் பாருங்கோ. ஆற்றுக்கடவிலே வேலை கொறவு,

நானும், உங்க மோளும் சுள்ளையிலே சுடுகட்டை சொமந்தோம். இந்த சீருலெ, நம்ம மாடனுக்கு கொடை வருதாம். அடுத்த மாசம் பத்தாம் தேதியாம். கடவிலெ, ஆளு ஒண்ணுக்கு ரெண்டு ரூபா வரி."

"உம், பின்னெ வேறென்ன விசேஷம்?"

"விசேஷம் ஒண்ணுமில்லே. இந்த வேனல் காலம் இத்தரையும் தீருது வரைக்கும் கொஞ்சம் பாடுதான்..."

"இந்த பாட்டிலெ நானும் கெடையிலெ ஆயிட்டேன். வைத்தியரைக் கண்டியா, என்ன சொல்லுதாரு?"

"வைத்தியரை நான் காணல்லே. அதுதான் நேத்தைக்கே சொல்லீட்டாரே, எப்பிடியும் ஒரு மாசத்துக்குள்ளே தேற்றீரலாம்ணு..."

"அதுக்குள்ளே நான் தீந்து போனாலும் குற்றமில்லெ. இப்பிடி பிடிச்சு கெட்டினதுமாதிரி கெடக்க, என்னெக் கொண்டு முடியாது தாமோதரா."

"கொள்ளாமே... அண்ணனே இப்பிடி சொல்லிட்டா எப்பிடி? கொஞ்சம் பொறுக்கவும், சகிக்கவும் எல்லாம் வேண்டியதுதானே. லோகத்திலே ஆருக்கும் சூக்கேடு வராமலா?"

"தாமோதரா!"

"என்ன...?"

"நான் பொறுத்துக் கொண்டதும், சகிச்சுக் கொண்டதும் எல்லாம் கொஞ்சமெல்லாம் ஒனக்கும் தெரியும். ஒரு ஒற்றைக் கட்டைக்கு இதெல்லாம் அவசியமா இருந்ததா, தாமோதரா?"

"அண்ணனுக்கு இப்போ அப்பிடி என்ன வந்து கவுந்துட்டுது? தங்கம்மை அக்கன் இருந்த காலமெல்லாம் சுகமாயிட்டுதான் கழிஞ்சியோ? பின்ன மனுஷ காரியமல்லவா கூடுதலும் குறவும் வரும், போகும். மனுஷ ஜன்மத்துக்குத்தான் நிறைய சுகிக்கக்கூடிய சக்தியும் ஈஸ்வரன் தந்துட்டுண்டும். அதனாலே சுகம் வரும்போது சுகிக்கணும், கஷ்டம் வரும்போது சுவைச்சு இறக்கி சகிக்கணும்."

"டேய், டேய், நீயும் கொஞ்சம் கடந்து உபதேசிக்க. ஆனா, தனக்கு வந்தாலல்லவா தெரியும். அது போட்டும், நான் இப்போ, எனக்கு சுகிக்க முடியலியேண்ணா வருத்தப்படுதேன்?"

"பின்னே இப்போ மனமாச்சப்பட்டு காரியமென்ன? இனி உங்களுக்கென்ன? இந்த பெண் ஒருத்தி காரியந்தானே? எப்பிடியும் நீங்க, வாசியாயி வந்த கையோடு இந்த பெண்ணுக்கு

நடக்க வேண்டியதை ஆத்யம் பாக்கணும். அதொண்ணு கழிஞ்சா பின்னெ, பாரமில்லே.”

“இந்தப் பெண்ணு காரியமா? வரட்டும் வரட்டும். எல்லாம் நான் கண்டு வச்சிட்டுண்டும்... இந்த ஒண்ணு காரணம்தானே நான் நல்ல காலத்திலேயே தீ திங்கேன்...”

“தாமோதர அண்ணன் கூட இருந்தா அப்பன் ஒரு பிடி சோறு வாரி உண்ணும். எல்லாம் ரெடியாச்சு...” என்று வந்து நின்றாள், பங்கி.

வேலையிலிருந்து வந்த வேகத்தில் கணிசமும், காரியவுமாக, காரியமாற்றி வந்து நிற்கும் பங்கி, பாவம்... அவள் அங்கு சாமியின் வெறுப்பின் சுமையை அறியவில்லையே என்று எண்ணினான், தாமோதரன். உண்மையில், என்ன நல்ல குணமிருந்தாலும், முகவாகு வெறுப்பைத் தருவதுதான். அங்குசாமி இத்தனைகாலம் இதையே மனதிலேற்றிக் குமைந்து வருகிறாரென்றால், நேரடியாகப் பாதிக்கப்பட்ட அவரது மன நிலையை அவனால் ஊகிக்க முடிந்தது. குரூரமான அசிங்கம், வெறுப்பிற்கு உடன்பிறப்பு போல...

14

— நோயென்று ஒன்று வந்து நாலுநாள் படுக்கை யிலேயே இருக்கும்போது, உடலைப்போலதான் மனமும் பலவீனமடைந்து விடுகிறது. பலவீனமான மனதில் முதலில் நுரைத்து வரும் நினைவு, சாவு. செத்துப் போவோம். செத்துப் போய்விட்டால்?... அங்குசாமி நினைத்தார். தான் செத்துப்போனால் யாருக்கென்ன? இந்த உலகில் தனக்கென ஒன்றுமில்லை. யாருமில்லை. நிறைய சொத்தோ சுகமோ இருந்திருந்தால், உறவுமுறை சொல்லியும், உரிமை முறை பேசியும் நிறையபேர் இருந்திருப்பார்கள். இன்று யாருமில்லை... பிறந்த இடத்திலிருந்து புறப்பட்டு வந்தபோதே 'இனி யாரு மில்லை' என்ற தீர்மானத்தோடுதான் பயணமானது. அந்த வீறாப்பும், திட சித்தமுமாக மலையாளத்தின் சாலைக் கடைத்தெருவில் பராரியாக வளர்ந்து பெரிய வனாகிய போது, தனது ஏகாந்தத்திலும், கொண்டதே கோலம் என்ற விரக்தி நிலையிலும் வெறுப்புத் தோன்றியது. அந்த வெறுப்பில் ஏற்பட்ட தெளிவுதான், ஒரு வீடு பார்த்து குடியேறத் தூண்டியது. பிறகு தங்கம்மை வாழ்க்கையோட வந்து இணைந்த சந்தர்ப்பங்கள்...

பள்ளம் தாழ்ந்த, நிலத்தில் நீரோடும் என்றது போல, கூட்டிக் கழித்த ஆக மொத்த வாழ்க்கையில் என்றென்றும் மறக்கமுடியாத தங்கம்மை பற்றிய நினைவுகளே, மனம் தாழ்ந்து தணிந்து இருக்கும்போது அரங்கத்தில் ஓடி வருகிறது...

... கண்ணெட்டிய தொலைவரையில் விளைத் தோட்டம் பரந்து கிடக்கிறது. மத்தியானப்பொழுது கடந்து, சாயங்காலக் கிறுக்கில் சூரியன் விழப்போகும்

நேரம். விளையின் உயர்ந்த நெடும் கருங்கல் சுவருக்கப்பால், போலீஸ் ஆட்கள், காக்கி கால்சட்டையும், வெள்ளை பனியனும் அணிந்து வரிசையாக நின்று உடற்பயிற்சி செய்கின்றனர். அத்தனை பேருக்கும் ஒரே சீரான உடலமைப்பு. தலைமை யாளரின் குரலுக்கொப்ப, கைகளையும் கால்களையும் விரித்து, மடக்கி, குதித்து பயிற்சி செய்கின்றனர்.

விளையின் ஒரு ஓரத்தில், கழுத்தில் கட்டிய கயிற்றை இழுத்துக்கொண்டு போகும் ஆட்டை, நிலைக்கு நிறுத்த முயன்ற வாறு, அதன் மேய்ச்சலுக்கு விட்டுக்கொண்டிருந்த தங்கம்மை யின் கவனம் முழுதும் பயிற்சி செய்யும் போலீஸ் வீரர்களின் ஒழுங்கில் லயித்திருந்தது...

கருங்கல் சுவருக்கப்பால் சின்ன அனுமார் கோயிலின் முன்புறத்து அழிவாசல் பூட்டிக்கிடக்கிறது. வாசலில் பக்கவாட்டு வெள்ளைச் சுவரில், முழுசாக, வீராவேச உருவத்தில் அனுமாரின் விஸ்வரூபம் கம்பீரமாக எழுதப்பட்டிருந்தது. அழிக்கூட்டின் உள்ளே அனுமார் சாமியின் திவ்ய உருவச்சிலை உயரமாக எழுந்து நிற்கிறது. சிலையின் பாதமேடையில் சிறிய தலை அளவு வெண்ணெய், நைவேத்யத் தட்டில் அப்படியே இருக் கிறது. சுவருக்கப்பால் நின்றாலே பூஜை அறையின் ஊதுவத்தி மணமும் பூ மணமும் மனதை மயக்கும்...

போலீஸ்காரர்களின் உடற்பயிற்சி சீரை ரசித்துக்கொண் டிருந்த தங்கம்மையின் கைக் கயிற்றுப்பிடியில் மேய்ந்த ஆடு சட்டென்று எதையோ கண்டுமிரண்டு, குதித்து, 'இம்மே' என்று பரிதாபமாக அலறித் துள்ளித் திரும்பி ஓடுகிறது. ஆட்டின் திடீர் இழுவையில் நிலையுணர்ந்து, கயிற்றை இழுத்து, அதை நிலைக்கு நிறுத்திப் பார்த்தபோது, மஞ்சனாத்திப் புதரிடையே ஒரு பளபள கறுப்புப் பாம்பும், சேரைப் பாம்புமாகப் பின்னிப் பிணைந்துகொண்டு மூர்க்கமாக ஒன்றையொன்று கொத்தி சண்டை போடுகின்றன. சண்டையின் உக்ரத்தில், பிணைப்பு நழுவும் போது, பின்னும் சுதாரித்து, முறுக்கை இறுக்கிக்கொண்டு ஒன்றையொன்று விழுங்கும் மூர்க்கத்தில், பிணைந்து, புதரில் வாலடித்துப் புரண்டு, உருண்டு, நீர்ச்சுழல் போல சுழன்று, போராடின ... ஆடு, குலைநடுங்கிய அலறலாக இழுத்துக்கொண்டு ஓட முயலுகிறது. "சூ, சும்மா நில்லு, ஆடே. அது ஒண்ணும் செய்யாது" என்று, சக்தியெல்லாம் பிரயோகித்து ஆட்டை இழுத்துப் பார்த்தாள். இழுவையில், கை வெள்ளை ரத்தச் சிவப்பேறி வலித்தது. கல்லிலும் கரடிலுமாகக் கொஞ்ச தூரம் ஓடிவந்த போது, எதிரே மேடேறி வந்து நிற்கும் ஆள்... அங்குசாமி!

"கொள்ளாமே, ஆட்டுக்ககூடெ ஓட்டப்பந்தயமா? வெகு ஜோர்..." என்று, பரிகாசமாகச் சிரித்துக்கொண்டு, நிமிர்ந்த

நெஞ்சின்மேல் கையைக் கட்டிக்கொண்டு, வழி மறித்த நந்திபோல கம்பீரமான நிலை!

"அய்யய்யோ ஆரப்பா இது? இன்னைக்கென்ன நேரத்தோட வந்தாச்சா? வந்ததும் அல்லாம இந்தப்பக்கம் ஏறிவந்தது தான் அதிசயமாயிட்டு இருக்கு." தங்கம்மையின் முகமெல்லாம் வேர்த்து சிவப்பேறி பரபரப்பு நிறைந்திருந்தது. அர்த்தமில்லாத அந்த வெட்க பாவத்தில் தங்கம்மை அதிரூபவதியாகத் தோன்றினாள்.

"நான் நேரத்தோட வந்தது கொள்ளாம். இல்லாட்டா அண்ணைக்கு ராத்திரி கூப்பாடு போட்டது மாதிரி, இப்பவும் பயந்து கூப்பாடு போட்டிருப்பே... அதுதான் முகமும் மூஞ்சியும் பார்த்தா தெரியுதே" என்று நையாண்டியாக உதிர்த்தான் அங்குசாமி.

"அய்யே, இங்க இதொக்கொண்ணும் பேடிச்ச ஆளில்லே. அங்கே சேரையும் பாம்பும் சண்டை போட்டுது... இந்த ஆட்டுக்கு கண்டப்போ நிக்கப்பொறுக்கல்லே. பிராணனைக் களஞ்சு ஓடிச்சிது. அதை இளுத்து நிறுத்த நெனைச்சிட்டு முடியல்லே... கூடவே ஓடிவந்ததினாலே சளசளன்னு வேர்த்துப் போச்சு..."

"ஆமா, ஆமா. கீழே விழுந்திட்டும், நானொண்ணும் அறியல்லியேண்ணு பாவம். நானும் கொஞ்ச நேரமாயிட்டு வந்து பார்த்திட்டுதான் நிக்கேன்."

"அப்போ, வந்திட்டு ஒரு பாடு நேரமாச்சா?"

"ஆமா. அங்கே போலீஸு ஆளுகள், கவாத்து நடக்கும் போதே வந்தாச்சு... பின்னேத்தானே பாம்பு சண்டை?"

"நல்ல ஆளுதான். அப்போ பின்னெ பதுங்கி நின்னு பாக்காம கூப்பிட்டா என்ன?"

"கூப்பிட்டிருக்கலாம். அப்பிடி கூப்பிட்டிருந்தாலும் காதிலே கேட்டிருக்குமோண்ணுதான் சம்சயம்..."

"அதென்ன அப்பிடி?"

"இல்லே. கவாத்து செய்யக்கூடிய ஆளுகளுடைய சரீரவாக்கு பாத்து ரசிச்சு நிக்கும்போ காது கேக்கணுமெ..."

தங்கம்மைக்குத் திக்கென்றிருந்தது... மனதை என்னமோ செய்தது. தனது அந்தரங்கமான ஏதோ ஒரு ரகசியத்தை மற்றொரு ஆள் கண்டுவிட்டதுபோல கொஞ்சம் மனம் குவிந்தது. ஆயினும் சமாளித்துக்கொண்டாள்.

"ஹோ. நான் அப்பிடியொண்ணும் பார்த்து மனம் மறந்து நிக்கல்லே. அப்பிடி என்ன இருக்கு அதிலெ ரசிக்க? சின்ன

பிராயத்திலே இருந்து தினமும் காணக்கூடிய கவாத்துதானே... வீட்டிலே, அந்த சின்னது, நேரங்கெட்ட நேரத்திலே படுத்து தூங்கிட்டுது... ஆட்டை ஒண்ணு அவுத்து கட்டீரலாம்ணு வந்தப்போ, அனுமார் சாமியைத் தொழுதேன். பின்னெ கவாத்து நடந்துக்கிட்டிருந்தது. நேரம் போணுமே? நல்ல ஆணாப்பொறந் தவன்மாரு... கொஞ்ச நேரம் ஒண்ணு பார்த்து நிண்ணதுக்கு என்னெல்லாம் வக்காணம்... கொஞ்சம், பதுக்கெ போ ஆடே... என்ன துரிசம் ஒனக்கு. அந்த சேரயும் பாம்பும் ஆள் அனக்கம் கேட்டப்பவே எழஞ்சு போயாச்சே..."

பேசிக்கொண்டே, தங்கம்மையின் வீட்டு முற்றத்தை வந்தடைந்திருந்தனர். போலீஸ் காம்பின், கவாத்து அரவம் தூரத்தில் சன்னமாகக் கேட்டுக்கொண்டிருந்தது.

வீட்டு முற்றத்தில் குடைபரப்பியிருந்த குட்டை பிலாமரம் வாசலுக்கு நிழலாக இருந்தது. அதன் பழுப்பு நிற வட்ட இலை கள் முற்றமெங்கும் உதிர்ந்து கிடந்தன. மரத்தின் உச்சாணிக் கிளை பச்சைத் தளிர் இலைகளின்மேல் மாலை வெயிலின் தங்க நிறம் ரேக்கிட்டிருந்தது. கர்ப்பிணியான முதியவள்போல, தடித்த கிளைகளுக்குக் கீழே கையெட்டும் உயரத்தில் முண்டு முண்டாக, சின்னதும் பெரியதுமான காய்கள் நிறைய தொங்கிக் கொண்டிருந்தன. கோரிக்கையற்ற – வேரில் காய்த்தபலா!

தங்கம்மை, ஆட்டின் கயிற்று நுனியை முற்றத்தில் நின்ற பேரைக்காய் மரத்தில் கட்டிவிட்டு வந்தவள், அங்குசாமியை வீட்டினுள் வரவேற்க ஆயத்தமானாள்.

"வாருங்களேன். உள்ளே வந்து கொஞ்சம் இருந்துட்டுப் போகலாம்..." என்றாள்.

"இல்லை. எனக்கு ஜோலி கெடக்கு. சாலையிலிருந்து வந்த வாக்கிலேயே இங்கே வந்தது. இனிப்போய் மேல் கழுவி குளிக்கணும். நான் போட்டும்..." என்று பிகு பண்ணினான்.

"நடைவரை வந்த ஆளுக்கு கொஞ்சம் இருந்திட்டு போனா ஒண்ணும் ஜோலி கெட்டுப் போவாது... அப்பனுக்குகூட இண்ணைக்கு வர நேரம் பிடிக்கும். ஐ.ஜி. சாயிபு வந்திட்டுண்டும். குசினியிலெ ஸ்பெஷல் வேலை காணும்... இப்பிடி வந்து இருக்கலாமே..." என்று, சுற்றுமுற்றும் பார்த்துவிட்டு விசுக்கென்று உள் நுழைந்து, நாற்காலி ஒன்றை எடுத்துவந்து போட்டாள்.

"அய்யோ, நமக்கு இருக்க நாற்காலியும் கசேரியும் ஒண்ணும் வேண்டாம். அதெல்லாம் வல்ல, போலீஸ் காம்பு ஆளுகள் வரும்போ எடுத்திட்டா போருமே. நம்ம பாவப்பட்ட கூலிக் காரன்தான்..." என்றவாறு திண்ணைமேல் உட்காரப் போனான், அங்குசாமி.

புனலும் மணலும்

"நீங்க சொல்லு'து கேட்டா, இங்கே ஒருபாடு ஆளுகள் வாறது போல அல்லவா தோணும். எங்க அப்பன் சுபாவம் ஒங்களுக்குத் தெரியாது. ஒரு மாதிரிப்பட்ட ஆணாப்பிறந்தான் மாரு ஆராவது காரியமில்லாமெ இந்த நடையிலெ வந்தா, அப்ப பின்னெ காரியம் வெறே... உங்களுக்கு அந்த கீழேப்புற வீடு தந்தப்பமே அப்பன் சொல்லியாச்சு, நீங்க ஒரு மரியாதக் காரன் ஆக்கும்ணு..."

"ஓஹோ, அதுதான் சுசேரையும் சோபையும் எல்லாம் எடுத்து இட்டு வலிய உபசாரம் காணிக்கிறது..." என்றவாறு நாற்காலியிலேயே உட்காரப்போன அங்குசாமி, அசப்பிசகில் தங்கம்மையின் மேல் கொஞ்சம் பட்டுவிட்டான்.

"அய்யய்யோ, என்மேலே தொட்டாச்சு!" என்று சிரித்துக் கொண்டே நாற்காலியில் அமர்ந்தான்.

"அறியாமெ கொஞ்சம் தொட்டுப்போனா என்ன இப்போ? நீங்க தொடக்கூடாத ஜாதியொண்ணுமில்லையே?"

"அவ்வளவு தூரம் மனப்பக்குவம் உண்டுமானா பின்னெ பயமில்லே... ஆமா. இது யாருக்கெ போட்டோ? பட்டாள வேஷத்திலே..." என்று, சுவரில் பெரிதாக வைக்கப்பட்டிருந்த உருவப் படத்தைப் பார்த்துக்கேட்டான்.

"அதுதான் இந்த கொச்சின் தகப்பன்... பட்டாளத்திலே இருந்தப்போ அனுப்பிச்ச போட்டோ. இதெ வயித்திலே ஒண்டா யிருக்கும்போ, ஏரோப்ளேயினிலிருந்து விழுந்ததாயிட்டு தந்தி வந்தது... பின்னெ கண்டதெல்லாம், போட்டிருந்த சட்டையும் செருப்பும் துணிகளும்தான்..." போக்கு வெயிலையே பார்த்துக் கொண்டு நின்ற தங்கம்மையின் கண்களில் நீர் நிறைந்து ததும்புவதை அங்குசாமி பார்த்தான்.

"அய்யோ, இவ்வளவு சங்கடம் வரும் என்று தெரிஞ்சிருந் தால் கேட்டிருக்கவே மாட்டேனே..."

"இனி சங்கடப்பட்டு காரியமென்ன? இப்போ எனக்குள்ள சங்கடமெல்லாம், இந்த மூக்கும் சிறியும் இல்லாத பெண் கொச்சை வளத்தி எடுக்கணுமே, அதை குற்றவும் குறவும் இல்லாத ஒருத்தன் கையிலே பிடிச்சுக் கொடுக்கணுமேண் ணுள்ள ஒரு காரியம்தான்..."

"அதை நினைச்சும் அதிகம் கவலைப்பட காரியம் இல்லையே. அதுதான் உங்க அப்பன்காரர் இருக்காரே..."

"அப்பனுக்கும் இனி செறுப்பம் ஒண்ணுமிலியே... பின்னெ இந்த வெளையும் தோட்டமும் அனுபவமும் எல்லாம், எங்க வகைண்ணு நெனைச்சிருக்குது போல தோணுது...?"

“பின்னே...?”

“அதுதானே? இதெல்லாம் சர்க்காருவகை பூமி. இப்போ கொஞ்ச வருஷங்களாயிட்டு இப்பிடி அனுபவிச்சு வாறோம். விளைவு வகையெல்லாம் அதது காலத்திலே சர்க்காரு ஆளுவந்து கணிசமாயிட்டு கொண்டு போவும். பின்னெ ஒரு ஓலைமட்டையோ, ரெண்டு நாளத்தெ கூட்டானுக்கு தேங்காயோ, மாங்காயோ கிடைக்கும். இவ்வளவுதான். அப்பனுக்கும் வேறெ சம்பாத்தியம் ஒண்ணுமில்லே.”

“இதிலெ, கதை இப்பவல்லவா தெரியுது. கஷ்டம்தான்... சரி, வந்து ரொம்ப நேரமாச்சு. நான் போயிட்டு இனியொருக்க அப்பன் உள்ளபோது வாறேன்.”

“இது கொள்ளாம். புத்தனாயிட்டு வீட்டுக்கு வந்த ஆளுக்கு ஒரு கிளாஸ் தண்ணியாவது தராமல் என்னவெல்லாமோ சொல்லிக்கிட்டிருக்கேன். ஒரு அஞ்சு மினிட்டுகூட... இதா வந்திட்டேன்...” என்றவாறு அடுக்களைக்குள் நுழைந்தாள், தங்கம்மை.

...அவளது சிநேகம் நிறைந்த பேச்சுக்களும், கள்ளங்கபடமில்லாத பரிமாற்றமும், அங்குசாமியின் மனவட்ட அமைதியில் சலனங்களை உருவாக்கியிருந்தன. கரடுமுரடான சாலைக் கம்போள வாழ்க்கையால் சொரணையற்றுப் போயிருந்த மனநிலை, இந்த சூழ்நிலையில் குடியேறி வந்தபின்பு புதிய மலர்ச்சி பெற்றதுபோல் ஒரு உற்சாகம் தோன்றியது. மரம் சொடிகொடிகளின் பச்சை பசுமையில், குளிராக விடியும் பொழுதுகளும், கடைத் தெருவின் சவடால் வாழ்க்கையின் வீம்பும், அனைத்தும் வரப்போகும் ஏதோ ஒன்றின் இனிமையால் மெருகேறி வருவதாக உணர்ந்தான்.

நாற்காலியில் அமர்ந்தவாறு, அங்குசாமி அந்தச் சின்ன வீட்டைப் பற்றி நினைத்தான். எங்கோ உடை மரப் பொட்டலான மறந்துபோன ஓரிடத்தில் பிறந்து, எப்படியெல்லாமோ வளர்ந்து, வாழ்ந்து, வாடி, தன்னைத் தொடர யாருமில்லை என்ற விரக்தியின் உறுத்தலுடன், வாழ்ந்து வரும்போது இங்கே, இந்தச் சிறிய வீட்டில், இப்படி மனது குளிருகிறது. தன்னோடு கனிந்து பேச ஒரு பெண்பிறவி. அவளோ என்றால், ஒருமுறை வாழ்ந்து பார்த்து குறைபட்ட குழந்தையொன்றுடன், வாழ்வை மிச்சமிட்டு நிற்பவள். இனி யாருமற்றவள். இருக்கும் ஆதரவு வயதான தந்தை மட்டும்...

அங்குசாமிக்கு, தனது வலிமையும் வாழ்வின் தொலைவும் பற்றி எண்ணியபோது, மிகுந்த நம்பிக்கை உதயமாகி வருவது போலத் தோன்றியது.

“அய்யோ, நேரம் சந்தியை ஆயிட்டுதே. விளக்கு கொளுத்தணும்... இந்த பெண்ணு கெடந்து ஒறங்குதே. ஒற்றைக்கு இருந்து முஷிஞ்சிருக்கும்... இதா, சூடு சாயா. ஆட்டும்பால் ஆக்கும். இஷ்டப்படுமோ என்னமோ?” என்று சிரித்தவாறு கண்ணாடி கிளாஸை நீட்டினாள், தங்கம்மை.

“எனக்கு ஏது பாலும் இஷ்டமுள்ளதுதான். ஆனால் பாலில் கலர்ப்பு இல்லாமெ இருக்கணுங்கிறது நிர்ப்பந்தம்.” அர்த்தம் பொதிந்த பார்வை ஒன்றை தங்கம்மையின் கண்களில் கோர்த்துவிட்டு, கண்ணாடி கிளாஸின் சூட்டைப் பொறுத்துக்கொண்டு, மெல்ல உதட்டோடு சேர்த்துப் பருக ஆரம்பித்தான்.

“இங்கே எங்களுக்கு பாலு, கச்சவடம் இல்லாததினாலெ கலர்ப்பு சேர்க்க வேண்டிய காரியமில்லெ. பாலும் நல்ல பாலு. சாயை எப்பிடி?”

“போட்டுத் தந்த ஆளும் நல்ல ஆளு ஆனதினாலெ, சாயா ஒண்ணாந்தரம்...”

“ஆளு நல்ல ஆளுதான்னு எப்பிடி தீர்மானிச்சது?”

“அது, நல்ல ஆளெக் காணும்போ கண்டுபிடிக்க ஒரு சூத்ரம் எனக்குத் தெரியும்...!”

“அப்போ இத்ரையும் நாளு நல்ல ஆளுகளெக் கண்டிட்டே இல்லையா?”

“கூட்டத்திலெ கண்டு காணும். ஒற்றைக்கு காணுவதும், நல்லா காணுவதும் இப்பந்தான்...”

“அய்யோ, அப்பிடியானா பாதுகாப்பா இருக்கணுமே, இனிமே. நல்ல ஆளானதினாலே, அர்த்த ராத்ரியிலெ வந்து பிடிச்சிட்டு போயிரக்கூடாதே...”

“அப்பிடி பாதிராத்ரியும், பதுங்கியும் வரக்கூடிய ஆளல்ல, இந்த அங்குசாமி. ஏதொண்ணும் நேரே வா, நேரே போ... இதுதான் சீலம்...”

“அப்போ, இப்ப அப்பிடி ஏதாவது நேரான காரியம் உண்டா?”

“காரியம் உண்டு. ஆனா, அதுக்கு காலம் ஒத்து வரும்போ காரணத்தை சொல்லி வருவேன்...”

“நல்ல பலே ஆளுதான்...” என்று வாய்விட்டு சிரித்தாள், தங்கம்மை. அங்குசாமியும் தன்னை மறந்து உரக்கவே சிரித்தான்.

உள்ளே, அந்தச் சிறுமி விழித்துக்கொண்டு, ‘ஓ’வென்று சிணுங்கியது.

"சனியன் முழிச்சாச்சு. இனி ராத்ரி பூரா சிவராத்ரிதான்... வெளக்கு கொளுத்தட்டும். எழுந்திரிச்சு போயிரக்கூடாது" என்று உள்ளே போனாள் அவள்.

அந்தப் பெண், முணுக்கென்று அழுதுகொண்டு, ரெண்டு கைகளாலும் கண்ணைக் கசக்கியவாறு, வழிந்த மூக்கும், துண்டு பாவாடைச் சட்டை அழுக்குமாக அந்த அறையிலிருந்து இறங்கி வந்தது. நல்ல மனக்களிப்பான, ஒரு சந்தர்ப்பத்தில், சொர்க்கத்தில் கட்டெறும்பு போல, அழுதுவழிந்து வந்து நிற்கும் அந்த அழகற்ற உருவம், அங்குசாமியின் மனதில் சொல்லமாட்டாத வெறுப்பை ஏற்றியது. உள்ளே இருந்து தங்கம்மை, அரிக்கன் விளக்கை ஏற்றிக்கொண்டு வந்த வெளிச்சத்தில் சிறுமியின் அகோரம் பயங்கரமாகத் தெரிந்தது. பவ்யமும், பதவிசும், ஒழுங்கும், தெளிந்த பெண் ஒருத்தி இப்படியொரு குழந்தையின் தாயா? என்றெல்லாம், அன்றைய – புதுவேகப் பரபரப்பில் கணக்கிட தோன்றவில்லையே... ஆனால் முதன்முதலில் கண்டபோது அழுத்தமாகச் சுட்டுவிட்ட அந்த வெறுப்பு...

15

. . . நினைத்துக்கொண்டே இருப்பதற்கும், நினைத்து, உலகை மறந்து படுத்திருப்பதற்கும், இனிமையானவை, கொஞ்சமாகத்தான் வாழ்வைத் தொட்டிருக்கிறது. படுக்கையிலேயே இருந்தாக வேண்டுமென்ற நிர்ப்பந்தம் வந்தபோது, திரும்பத் திரும்ப அந்த இனிய நினைவுகளே சுருண்டு சுருண்டு வந்தன.

விழித்துக் கொண்டபோதும், அந்தப் பழைய நாளின் களிப்பின் உலகத்திலேயே இருப்பதாகத் தோன்றியது. சுற்று சார்பின் சுய உருவம் மெல்ல மெல்ல நினைவை அழுத்தும்போது, எப்படிப் பார்த்தாலும் விரக்தியே நுரைத்து வழிகிறது. என்ன செய்வது?

"அங்குசாமி மூப்பன்! என்ன, சந்திய நேரத்திலெ ஒறக்கமோ? கண்ணை முழிச்சுப் பாரும், நாங்கோ யாரெல்லாம் வந்திருக்கோம்ணு. . .!"

அங்குசாமி மெல்ல விழித்தப் பார்த்து, மங்கிய வெளிச்சத்தில் எதிரே நிற்பவர்களை நிதானித்துவிட்டு, "ஙாகோ. . . இது ஆரெல்லாம் வந்திருக்கிறது; இருங்கோ, இருங்கோ. கொள்ளாமே. . ." என்றவாறு மெல்ல, ஒரு பக்கமாக ஒருக்களித்து, வலதுகையை ஊன்றி எழுந்து அமர்ந்தார்.

"மூப்பன் பதுக்கெ எந்திக்கணும். ஒண்ணும் துரிச மில்லே. . ." என்றவாறு, வந்திருந்த நான்குபேரும் ஒவ்வொரு பக்கமாக உட்கார்ந்தனர். அடுக்களை உள்ளே யிருந்து கரிபடிந்த துவர்த்து முண்டினால் மார்பை மறைத்தவாறு வந்து எட்டிப் பார்த்தாள், பங்கி.

"நீ சொல்லலியா பெண்ணே, மூப்பருட்டே, நாங்கள் எல்லாம் வருவோமிண்ணிட்டு . . .?"

“சாயங்காலம் நான் வரச்சிலையே அப்பன் நல்ல உறக்கம். அதனாலெ எழுப்பல்லே... அதுக்குள்ளே நீங்களும் வந்தாச்சு. தாமோதர அண்ணனும் இன்னா வந்திட்டேண்ணு சாய்ப்பிலே முண்டுமாறப் போயிருக்கு. அது வந்து சொல்லிக் கொள்ளும்ணு நெனச்சேன்...”

“நீ போ, பொண்ணே, அகத்தெ. வந்தவங்களுக்கு ஓரோ கப்பு சாயையோ வெள்ளமோ வல்லதும் கொண்டுவந்து கொடு... பின்னே, எனக்கு திவசம் போகும்தோறும் சீணம் கூடிட்டேதான் வருது... இப்போ, இப்படி கெடையிலே ஆயி, மாசம் ஒண்ணு ஆகப்போவுது. ஒரு குறவும் இல்லே. நீரு வீக்கம் குறஞ்சதுபோல இருக்கும். விடியக்காலம் பாத்தா பழையதுபோல வந்து வலிச்சு கூடியிருக்கும். அந்த வைத்தியன் இப்போ ஒண்ணராடம்தான் வாறாரு... வந்து, தடவி எண்ணெய் போட்டிட்டு போறவருக்கு திருப்தியாயிட்டு வல்லதும் செய்ய ணுமே...உம், அது போகட்டும். எல்லோரும் வந்த காரிய மென்ன? கடவு காண்டிராக்டும், வள்ளம் மூப்பனும் எல்லாம் உண்டுமே!”

“மூப்பரே, நாங்க வந்த காரியம் சொல்லத்தான் போறோம். தேகஸ்திதி உமக்கு, இந்த கை நீரு மட்டும்தானே? சரீரத்துக்கு எதக்கேடு வல்லதும் உண்டுமா? அது அறியட்டும் ஆத்யம்” என்றார், நேரியல் தலைப்பாகையை அவிழ்த்து முகம் மூஞ்சியைத் துடைத்துக் கொண்ட வள்ள மூப்பன்.

“சரீரத்துக்கு அப்பிடியொண்ணும் பெரிய எதக்கேடு இல்லைண்ணுதான் சொல்லணும். ஆனா ஆகக்கொண்டும் மனசுக்கு ஒரு தளர்ச்சை. இப்போ, அதுதான் பெரிய சுகக்கேடு...”

“ஆ... அதுதான் காரியம். அந்த மன இதக்கேடெ தீர்க்க, ஒரு நல்ல காரியமாயிட்டுதான் நாங்க இப்பொ வந்திருக் கிறது. நம்ம ஆற்றுக்கடவு மாடனுக்கு இந்த மாசம் பதினைஞ் சாம் தேதி தொடங்கி பத்து திவசத்து உத்ஸவம். இது பதிவு காரியம். ஓரோ வருஷமும் மாடம் தம்புரானுக்கு கோமரத் தாடியாயிட்டு நீங்க இருந்து வந்தது, இந்தத் தடவை அது முடியாத காரியமாயிப் போச்சே. மாடன் திருமனசு அப்பிடி யானா அப்பிடி. அடுத்த வருஷமாவது கண்டிப்பாயிட்டு நீங்கவந்து ஆடி, துள்ளி, அனுக்ரகிக்க பாக்யம் உண்டாவட் டும்... உண்டாவட்டுமென்ன, உண்டாகும். இப்போ, ஆள் ஒன்றுக்கு ஈரெண்டு ரூபா ஆற்றுக்கடவு வரி. பின்னெ வெளி யிலெ இறங்கியும் கொஞ்சம் பிரிக்கணும். செலவு கண்ட மானம் உண்டும். பாண்டியிலெ ஆள்வார் குறிச்சியிலெ இருந்து ஒரு பொய்க்கால் குதிரையாட்டமும், கேரள கலா

மந்திரக்காரர்களுக்கெ பஞ்ச வாத்ய மேளமும்கூட, இந்த தடவெ ஸ்பெஷலாயிட்டு உண்டும்.

"இது, அந்த பார்ட்டிகளே வலிய வாறதாயிட்டு சம்மதிச்சிருக்கு. போக்குவரத்து சிலவு மட்டும் நம்மளு கொடுத்தாப் போரும். வேறெ ஒரு காசு சிலவில்லே... மற்ற காரியங்கள் எல்லாம் பதிவு போலெ... இந்த ஆண்டு உத்ஸவக் கம்மிற்றியிலெ மூப்பரையும் சேர்த்திருக்கு. அதை அறியிக்கத்தான் வந்தோம். சுகக்கேடு விசாரிச்சது போலையும் ஆச்சு. பின்னெ இது பொதுக் காரியம். தெய்வ காரியம். எல்லாம் நல்ல காலத்துக்குத்தான்னு விசாரிச்சு சகிக்கணும். தளர்ச்சியிண்ணு விசாரிச்சாத்தான், தளர்ச்சி. நடக்க கழியுமே? பதுக்க ஒண்ணு, கடவு வரைக்கும் வந்தும் போயும் இருக்கும்போ மனசுக்கொரு ஆஸ்வாசம் கிடைக்கும்... ஒரு முக்ய சங்கதி. உங்க தாமோதரனும் கம்மிற்றிலே உண்டும்..."

அங்குசாமி தலையில் கையைக் கோர்க்கமுடியாமல் கோத்தபடி அமர்ந்திருந்து எல்லாவற்றையும் கேட்டுக்கொண்டார். வந்தவர்களும், காரியங்களை ஒப்படைத்துவிட்டு, போய் வெகு நேரமாகியிருந்தது. தாமோதரனும் வந்துவிட்டுப் போனான். பங்கி சாப்பாட்டை எடுத்து வந்து பரிமாறி, அவளும் சாப்பிட்டுவிட்டுப் போயி அடுக்களை முறியில் படுத்தாயிற்று. நல்ல கரிய (இருட்டுள்ள) இரவு. எங்கோ ஒரு நாய் விட்டு விட்டு குரைத்துக்கொண்டிருந்தது. பெண் நாய் போலிருக்கிறது. குரைப்பில் வலுவில்லை. வெளியே விளைத் தோட்டத்தின் இருண்ட குமைவிலிருந்து சலங்கைப் பூச்சிகள் சங்கிலியாக அரற்றிக்கொண்டிருக்கின்றன.

அங்குசாமிக்கு தூக்கமே வரவில்லை. பகலில் அதிக நேரம் தூங்கியிருக்கக் கூடாது. படுத்துப் படுத்துக் கிடந்தால் தூக்கம் வராமல் என்ன செய்யும்? படுக்கையில் விழுந்தபிறகு, தினக் காரியங்களில் ஒரு திட்டமுமில்லை. பகலிலே தூக்கம். இரவிலே விழிப்பு... தனக்கு மட்டுமாக இப்படி அவக்கேடுகளே வந்து சேருகின்றன. கையிலிருந்த கொஞ்சநஞ்ச சேமிப்பெல்லாம் வைத்தியருக்கும், எண்ணெய்க்குமாகக் கரைந்து போய்விட்டது. அன்றாட சங்கதிகள், பங்கி வேலைக்குப் போய் வருவதினால், முட்டு இல்லாமல் ஈடேறிப் போகின்றன. என்ன பாபகாரியம் செய்ததினால் இந்தப் பெண்ணின் கைக்காசில் கஞ்சி குடிக்க வேண்டி வந்ததோ? கண்டு, அறிந்து, தன்னோடு வாழ்ந்து வந்திருக்கும் இதுநாள் வரையில் அந்தப் பெண்ணிடம் தனக்கு எஞ்சியிருப்பது வெறுப்பு மட்டும்தான். ஆயினும், அது கஞ்சி எடுத்து வைக்கும்போது, புறக்கடைக்குப் போக தண்ணீர் ஊற்றும்போது, பல் தேய்க்க உமிக்கரி

தரும்போது, படுக்கை தட்டிப் போடும்போது, எண்ணெயும், மருந்தும் எடுத்துத் தரும்போது எல்லாம், எப்படி ஏற்க முடிகிறது? ஒரு நாளாவது அவளைக் கருணையோடு பார்க்க இன்னும் மனசு கனியவில்லையே! இது ஒரு வேண்டாத சொந்தம். எடுத்தெறிய வேண்டிய பந்தம். சுமக்க வேண்டாத சுமை... முதல் பார்வையிலேயே தங்கம்மையை மனதில் இருத்திக் கொண்டது தனது சுபாவச் சலுகையாக இருக் கலாம்... முதலில் இந்தப் பரட்டைப் பங்கியைப் பார்த்த போதோ? வெறுப்பு எனும் கரும் போர்வையை மனதிலேற்றி ஈரத்துணியைப் பூனை தலை மேல் அழுத்தியது போல்... சீ, அவலட்சணமே...

– எப்போது உறக்கம் வந்ததோ...?

16

ஆறு நிர்மலமாக ஒழுகிக்கொண்டிருக்கிறது. வெயில் காலத்து தெளிந்த நீர், அகண்ட வானவெளியில் கண்ணாடியாக நீலம் பாய்ந்து கிடக்கிறது.

ஆற்றங்கரை மாடன் கோயில் கொடைத் திருவிழா அன்று ஒன்பதாம் நாள். விடிந்து, பத்தாவது நாளின் கடைசித் திருவிழா அல்லோலகல்லோலப்படும். ஆற்று வெளியில் வள்ளங்கள் எல்லாம் பட்டாள அணிவகுப்பு போல, சீராக இந்தக் கரையிலிருந்து கிழக்குப் பக்கம் ஆறுகள் ஒழுகிவரும் திசை எல்லை வரையில் வரிசை யிட்டுக் கிடக்கின்றன. கரையில் மேல்புறத்து, உயர்ந்த பாலமரத்தின் சிமிண்டு திட்டை மேல் ஆள் உயர முக்கோண ஆகிருதியின் மாடன் பிரதிமையில், சிவகாசிக்காரன் நாயிடு, திரிசூலமும், கோரப் பற்களும், விரிசடையும், சதுர்புஜமும், சாட்டையும், வெட்டரி வாளும், ரத்த நாக்கும், வெறிக் கண்களும் எல்லாம் தத்ரூபமாக சாயமிட்டு எழுதியிருந்தார். மாடன் பக்கத் தில் அவன் தேவி, யக்ஷியின் உருவம்கூட மகிஷாசுரமர்த் தனியின் வீரமும், ஆக்ரோஷமும், திமிர்பட அச்சாக எழுதியிருந்தது. பாலமரத்தடி மாடன் சன்னதியில் நெடுகத் தட்டுப் பந்தல், வெள்ளைக் குருத்தோலைத் தோரணம். பக்கவாட்டில் தங்கநிறத்துக் கமுகின் பூக்களும், செவ்விள நீர்க் குலை அலங்காரமும், பாளையந்தோடப் பழக்குலைகளின் குவியல்களும், சிவந்த தெற்றிப்பூ வனமாலையும், பித்தளை பூத்தாலங்களில் குவியலாகக் குங்குமமும், எல்லாம் வைக்கப்பட்டிருந்தன. தட்டுப் பந்தல் கம்பி அழியில் அடுத்த நாள் திக்குபலிக்காக நிறைய கோழிகளைக் கொண்டு அடைத்திருந்தனர்.

உச்சி வேளை வெயில் உக்ரமாக கொளுத்திக்கொண்டிருந் தாலும், அண்டை அயல் ஆண்களும் பெண்களும் ஒற்றையாக வும், கும்பலாகவும் வந்து, மாடன் தம்புரானைக் கும்பிட்டும், காணிக்கை உண்டியல்களில் நேர்ச்சைகளை சமர்ப்பித்தும், பிரசாதமாக தாம்பாளங்களில் உள்ள குங்குமத்தை எடுத்து நெற்றியில் பொட்டாக அணிந்து, கைக் குழந்தைகளுக்குமிட்டுச் சென்றனர். வழிபாட்டுக்காரர்கள், மேடையில் வைத்திருந்த ஓடத்தில், தங்கத்திலும் வெள்ளியிலுமான கண் உருவம், மூக்கு, காது, கால், கை உருவங்கள் எல்லாம் கொண்டு நிறைத்திருந்தனர். பங்கிகூட அங்குசாமிக்குக் கை நல்ல முறையில் குணமாகிக் கிடைக்க வேண்டுமென்று வேண்டிக்கொண்டு, வெள்ளியிலான ஒரு முழங்கை உருவம் செய்து நடை காணிக்கையாக சேர்ப்பித்திருந்தாள்.

ஆற்றங்கரையில் மணல் அம்பாரங்களாகக் கிடந்த இடங் களிலெல்லாம் ஒவ்வொரு விதமான திருவிழாக்கடைகள் தோன்றியிருந்தன. ரிப்பன், வளையல், குஞ்சலம், சாந்து, கண்மை, பனை ஓலையில் கலர் கலராக சாமான்கள் நிறைந்த கடைகள், அலுமினிய பித்தளை தாமிரப் பாத்திரக் கடைகள், ரெடிமேட் ஆடைக் கடைகள், நாடன்முண்டு, கவணி நேரியல் கடைகள், பலகாரக் கடைகள், கடலை கப்பலண்டிக் கடைகள், இப்படியெல்லாம் சந்தை இரைச்ச லாகக் கடைகள் தோன்றியிருந்தன. வெயிலானதினால், கடைகளை எல்லாம் சாக்குப் படுதாக்கள் மறைத்திருந்தன.

இரவில் பெட்ரோமாக்ஸ் விளக்கொளி ஆற்று நீரில் பிரதிபலிக்க, ஆற்றங்கரை ஜகஜ்ஜோதியாக திமிலோகப்படும். சாயங்காலம் ஆனதும், ஒரு தனிக் களை வந்துவிடுகிறது. பகடை விளையாட்டுக்காரர்களின் கூக்குரல்கள், கட்டை விளையாட்டு என்ற சீட்டாட்டம். இந்த ஆட்கள் தகரக் குவளைகளில் தாயக் கட்டைகளை இட்டுக் குலுக்கி கோஷிக் கும் ஆரவாரம்... நாலு ஆண்கள் வெள்ளை மல்முண்டும், வெள்ளைக் குஞ்சல நேரியல் தலைக்கட்டுமாக அமர்ந்திருந்து பெரிய ஜால்ராக்களால் தாளமிட்டவாறு, மாடன் மகிமை களைப் பாடிக்கொண்டிருப்பார்கள். ஆற்றின் சுற்றுவட்ட ஏலாக்களான கீழ் ஆறன்னூர், இலங்கம், வலியவிளை, பாவங்கோடு போன்ற இடங்களிலுள்ள அத்தனை ஆண் பெண் இளவட்டங்கள், பிள்ளை குட்டிகள் அனைவரும் ஆற்றங்கரை திருவிழாவுக்கு வந்து கூடுவார்கள். ஓணம் பண்டிகைக்கு புதிய முண்டும் சட்டையும் வாங்காவிட்டால் கூட, ஆற்று மாடன் உத்ஸவத்திற்கு சமீப வாசிகள் புதிய ஆடைகளை, கடன் வாங்கியாவது எடுத்துவிடுவார்கள். ஆற்று மாடன் தம்புரான் என்றால் ஸ்தலவாசிகளுக்கு

அத்தனை பெரிய தெய்வம். கூப்பிட்டால் 'என்னா' என்று கேட்கும் தெய்வம். வைசூரியோ, அம்மை வார்ப்போ, காய்ச்சலோ, காலராவோ எந்தக் கொடிய நோயாக இருந்தாலும், மாடன் 'பூ' வென்று ஊதித் தள்ளிவிடுவான்...

... எல்லாவற்றிற்கும் மேலாக – வடக்கன் கேரளத்திலிருந்து வரும், செண்டை மேளம். மேளக்காரர்களைப் பகுதிகளாகப் பிரியவிட்டு பந்தய மேளம் திமிலோகப்படும். காதுக் குருத்துகள் சிலிர்த்து ஜன்னி காண்பது சர்வ சாதாரணம். இளம் பிள்ளைகள் ஆராசனை வந்து, முடிகலைய திமிர்த்து ஆடுவார்கள்... களேபரத்தின் ஆற்றுவெளி...

17

– ஆற்றங்கரையின் ஓலை வேய்ந்த பணிப்புரை பெஞ்சு மேல் வந்து அமர்ந்திருந்த அங்குசாமி, கரை மேட்டின் கலகலப்பை எல்லாம் விட்டு, தொலைவில் நெடுக ஒழுகி வரும் ஆற்றின் அமைதியையே பார்த்துக் கொண்டிருந்தார். ஆறு, தன்னை நம்பி வாழும் மக்கள் என்னவெல்லாம் ஆட்ட பாட்ட கேளிக்கைகளில் மூழ்கியிருந்தாலும் மௌனமாக – ஆனந்தக்கண்ணீர் உருக்கும் தாயைப்போல, அமைதியாக ஒழுகிக்கொண் டிருக்கிறது. தேங்காயினுள் இளநீர் போல, ஆறு மண லாகத் தன்னகத்தே நிறைத்துக்கொண்டு, அள்ளிக் கொள்ளுங்கள் என்று, முலைகொடுக்கும் பெற்றவள் போல அமைதியாக ஒழுகுகிறது.

நோயில் விழுந்த பின்பு, இன்றுதான் முகக்ஷவரம் எல்லாம் செய்து, குளித்து சலவை செய்து வைத்திருந்த இரட்டைக்கரை செங்கோட்டை வேஷ்டியும் அரைக்கை சட்டையும் எடுத்து அணிந்து கொண்டிருந்தார். வீட்டி லிருந்து பணிப்புரை வரை நடந்து வருகிறேனென்று சொன்னதற்கு, தாமோதரனும் மற்ற உத்ஸவ கமிற்றி ஆட்களும் சம்மதிக்காமல், யாரோ மணல் காண்டிராக் டரின் இரட்டை மாட்டு வண்டியில் ஏற்றிக்கொண்டு வந்து ஆற்றுக்கடவு பணிப்புரை வாசலில் இறக்கினார்கள்.

அங்குசாமி, உடல் நலமில்லாது இருப்பதை அறியாத தூரத்து ஆசாமிகளும், அவரை வீட்டிற்குப் போய்ப் பார்க்காதவர்களுமாக, பத்துப் பதினைந்து பேர், வண்டி வந்து நின்றதும் ஓடிவந்து கூடினார்கள். ‘அய்யோ, மூப்பன் ஆகப்பாடெ ஆளே மாறிப் போச்சே... வெளுத்து மெலிஞ்சு ... சே, கை இன்னும் நேராமட்டம்

தொங்கப்போட முடியலியா?' என்றெல்லாம் அனுதாபம் கொட்டினார்கள்.

"சாரமில்லெ. கை இன்னும் பழையது மாதிரியெல்லாம் ஆயிவரணும்ணா இன்னும் கொஞ்சம் நாளு எடுக்கும்... பின்னெ, ஆற்றுக்கடவுக்கு வந்தும் ஒருபாடு நாளாச்சே. வருஷக்கணக்கில் விதேசத்துக்குப் போயிட்டு வந்ததுபோல இருக்கு... மாறுங்கோ, கொஞ்சம் ஆற்று வெள்ளம் எடுத்து கண்ணில் தொட்டுக் கொள்ளட்டும்..." என்றவாறு அங்குசாமி, கீழ்க்கரைப் பக்கமாக நடந்து, வேஷ்டியைக் கணங்காலுக்கு மேல் சுருக்கி ஏற்றிக் கொண்டு, தண்ணீரில் இறங்கப்போனார். தாமோதரனும் இன்னொரு ஆளுமாக 'பதுக்க, பய்ய எறங்கணும்' என்றவாறு அவரது கைகளைப் பிடித்துக்கொள்ள வந்தனர். "சும்மா மாறி நில்லுங்கோ. என் அம்மைக்கெ மடியிலெ எறங்க என்னை ஆரும் பிடிக்க வேண்டாம்" என்று தடுத்துவிட்டு, மெதுவாக தண்ணீரில் இறங்கி நின்று, இரண்டு கைகளாலும் நீரை அள்ளி எடுத்து ஒரு மிடர் குடித்து விட்டு, மிச்ச நீரை முகத்தில் ஒத்தி, அப்பிடியே கண்களை மூடி, நீரை வழித்தார்.

"ஹா... இனி ஒருகை கொடுத்து கரைக்கு ஏற்றி விடுங்கோ" என்று, முழுதும் ஸ்வாதீனமடையாத இடது கையை மெல்லத் தூக்கி, வலது கையையும் காட்டினார்.

பணிப்புரையின் பெஞ்சுமேல் அமர்ந்திருந்த அங்குசாமிக்கு அந்த வட்டாரம் முழுதும் பார்க்க முடிந்தது. ஆறு, தொலைவி லிருந்து இரண்டு கிளைகளாக வந்து, வல்லமேட்டு திடலில் எவ்வளவு கம்பீரமாக சங்கமித்து அலையற்ற சமுத்திரம்போல கிடக்கிறது. சோளக்கொண்டையின் அடுக்கு போல, படகுகள், ஓலை வேய்ந்த வள்ளங்கள், வரிசையாக ஒழுங்காக நிற்கின்றன. ஒன்றிரண்டு கடத்து வள்ளங்கள், அக்கரையிலிருந்து உத்சவம் காண வரும் ஆட்களை ஏற்றிக் கொண்டு வந்து மூலைக்கரை கல்த்துறையில் இறக்கிவிட்டு, போவதும் வருவதுமாக இருக் கின்றன. மற்றபடி ஆறு, அமைதியாக ஒழுகுகிறது.

புரையினுள், பழக்குலைகளும் செவ்விள நீர் குலைகளு மாக அடுக்கியிருந்தன. கடவு வட்டத்தில், யாரெல்லாமோ புதிய ஆட்கள், அங்குமிங்கும் போவதும் வருவதுமாக இருந்தனர். தாமோதரனும், மற்ற விழாக்கமிற்றி ஆட்களும், அப்பொழுது அப்பொழுதாக வந்து ஏதாவது காரியங்களுக்கு அவரிடம் யோசனை கேட்டுப் போனார்கள். வாடிக்கையாக நாதஸ்வரம் வாசிக்க வரும் கடம்பூர் ராமய்யா பிள்ளை அங்குசாமியிடம் வந்து அவரைக் கும்பிட்டுவிட்டு, நாதஸ்வரங்களையும், தவில் வாத்ய சாமக்ரியைகளையும் புரையில் ஒரு மூலையில் வைத்துவிட்டுப் போனார்.

பத்தாம் திருவிழாவில் இந்த முறை தமக்கு ஆராசனை ஆடிவர முடியாதே என்று எண்ணியபோது, அங்குசாமியின் மனசு படபடத்தது. தன் வீட்டுக் கல்யாணத்தில் தான் கலந்து கொள்ள முடியாதது போன்ற அவஸ்தை அவர் மனதில் இருட்டை நிறைத்திருந்தது.

உட்கார்ந்திருக்க, இருக்க, முதுகை வலிப்பது போலிருந்தது. கொஞ்ச நாட்களாகப் படுக்கையிலேயே இருந்து பழகிவிட்டதின் இயலாமை இப்பொழுது நன்கு தெரிந்தது. அப்பொழுது அங்கே வந்த ஓராளிடம், "ஆரு, கொச்சு நாராயணனோ? எனக்கு இப்பிடியே உட்கார்ந்திருக்க முடியல்லே. கொஞ்சம் சாஞ்சு இருக்கணும். அந்த மூலையிலே ஒரு பந்தி ஜமுக்காளத்தை விரிச்சு தந்தா கொள்ளாம்..." என்றார்.

"ஹா... கொள்ளாமல்லோ. பேஷாயிட்டு விரிச்சுத்தராம். மூப்பன் க்ஷீணம் தீர்க்கணும். இனி வைகுன்னேரம் கழிச்சு தன்னல்லோ பரிபாடிகள் எல்லாம்..." என்றவாறு, அவன் அவசர அவசரமாக பந்தி ஜமுக்காளங்களையும், ஓலைக் கற்றைகளையும் எடுத்து வந்து ஒரு சாய்மானமாக அமைத்தான். அங்குசாமியை மெதுவாக அழைத்துவந்து அதில் அமர்த்தி விட்டு வெளியே போனான்.

கொஞ்சநேரம் அப்படியே கண்ணை மூடி அமர்ந்திருப்பதில் சுகம் தெரிந்தது. கண் அயர்ச்சியாக வந்த போது கொஞ்சம் தூங்கவும் செய்தார். தூக்கத்திற்கும் விழிப்பிற்குமான நிலையில், மனதில் பலவித எண்ணங்கள் ஓடிக்கொண்டே இருந்தன. கண்ணாடிப் பெட்டி நீரினுள் ஓடும் தங்க மீன்களைப்போல, எண்ணங்கள் தெளிவாகவும் துல்யமாகவும் வந்தன... ஆற்றுத் திருவிழா எவ்வளவு முக்யமான காரியம். ஆற்றில் மக்கள், எவ்வளவு நம்பிக்கையுடன், எவ்வளவு விஸ்வாசத்துடன், தன்னையும் ஒரு பெரிய மனிதனாக மதித்து தனக்கு நோயின் இயலாமை இருப்பதையும் பொருட்படுத்தாமல் கௌரவமான ஒரு இடத்தைத் தந்து அழைத்து வந்திருக்கிறார்கள். அத்தனையும் ஆற்று அன்னையின் கருணையினால்தான். ஆறுகூட மலையின் எந்த இருட் பகுதியிலிருந்தோ துவங்கி, சால்களினூடே ஒழுகி, கடைசியில் விசாலமான துறைகளை உற்பத்தி செய்து, துறைக் கும் தனக்கும் பெருமை தேடிக்கொண்டு, கசடு இல்லாமல் ஒழுகி வருகிறது. நதி – எந்த சூன்யத்திலிருந்து துவங்கினால்தான் என்ன? அது ஒழுகி வளமாக்கும் இடத்தின் சிறப்பிலேயே அதன் பெருமையும் அமைந்து போகிறது. தன் காரியங்கூட அப்படித்தானோ? எங்கே என்ற நினைவே அற்றுப்போன தமிழ் மண்ணின் ஒரு மூலையில் பிறந்து, கசடு களைய, நாட்டை விட்டு வந்து, வளர்ந்து, தொழில் செய்து ஒழுங்காக

வாழ்ந்து, இங்கே தனக்கு பேரும் பெருமையும் மதிப்பும் வந்திருக் கிறது... ஆற்றின் அத்தனை அகண்டாகாரமான நீர் வெளியை யும் மனக்கண் முன் கண்டு, தனக்குள்ளாகவே புளகாங்கிதம் அடைந்தார் அங்குசாமி.

பணிப்புரையினுள் அந்த சாய்மான அமைப்பில், தன்னை மறந்த நினைவுகளிலிருந்த அங்குசாமிக்கு, பக்கத்தில் ஆளரவமும், கிசுகிசுப்பும், அடங்கிய சிரிப்பையும் கேட்டபோது, மெல்ல கண்ணைத் திறந்து பார்த்தார். சாத்தி வைத்திருந்த, வேலை பூர்த்தியாகாத படகு ஒன்றின் மறுபக்கம், ஆணும் பெண்ணு மாக நின்று உடைமாற்றிக் கொள்கிறார்கள் ... ஜிகினா தைத்த கட் ஜாக்கெட்டும், எடுப்பான மார்புக் கச்சையும் எல்லாம் பார்த்தபோது, பொய்க்கரக ஆட்டத்திற்கு வந்த ஆட்டக்கார ஜோடிகளாக இருக்குமென்று தீர்மானித்துக்கொண்டார்.

"ஏ பிள்ளெ, என்ன இது நீ ஜாக்கெட்டு போடுகிற லட்சணம்? இங்ஙனெ கொண்டா. நான் போட்டுவுடுறேன்... இது மலை யாளத்து ஊரு. நல்லா எடுப்பும் தொடுப்புமா இல்லாட்டி, திரும்பி பாக்க மாட்டானுக..."

"ஆமா, மலையாளத்து ஆளுங்களுக்கென்ன, கொம்பா? எந்த ஊரானாலும், ஆம்பளைங்க எல்லாம் ஒரு கொணந்தான். நானும்தான் பாத்தாச்சு ..."

"அட, நீ எத்தினி ஊரு ஆம்பளைங்களெப் பார்த்திருக்கே, என் ராசாத்திக் குட்டி ..." என்றவாறு அவன் பளபளத்த கால் சட்டையைப் போட்டவாறு, அருகில் வந்து அவள் கன்னத்தை நிமிண்டினான்.

"இந்தா பாரு. அங்கெ ரயில்லெ புடிச்சே, உன் கை நீளுது. நானும் கவனிச்சுட்டுதான் வாறேன். மேக்கொண்டு அக்குறுமம் பண்ணே, நான் மாமனெக் கூப்பிடுவேன் ..."

அவள் கோபம் பொய்தான் என்று நன்றாகத் தெரிந்தது.

"மாமனையா கூப்பிடுவே... இப்போ கூப்பிடு அந்த மாமங்காரெனெ..." என்றவாறு அவன், கச்சையணிந்து நின்ற அவள் முதுகுப் பக்கம் நிமிண்டி, மார்க்கச்சை கொக்கியைக் கழற்றிவிட்டான்.

"அய்யோ, உனக்கு வெக்கமே அத்துப்போச்சி. இது சாங்கால நேரம். இன்னும் தீபமேத்தல்ல... ஆட்டம் வேற பாக்கி கெடக்கு... என்னா இது, எங்ஙினியாச்சும் சாராயக் கடைக்குள்ளாற பூந்துப் போட்டு வந்தியா?" என்று குழைந்த வாறு அவள், கச்சை கீழே விழாமல் அள்ளியெடுத்து இடுப்பு சேலைத் தலைப்பால் மார்பை மறைத்துக்கொண்டாள்.

அங்குசாமிக்கு சிரிப்பாக வந்தது. அதே சமயம் மனதிற்கு மகிழ்ச்சியாகவும் இருந்தது. கொச்சையாக பாண்டித் தமிழின் நளினத்தைக் கேட்டபோது உள்ளே ஏதோ ஒன்று குறுகுறுப்பது போலவும் இருந்தது. என்ன இருந்தாலும், தமிழின் சுகமே வேறதான் என்றும் எண்ணிக்கொண்டார். இங்கே, தன் பெயர் மட்டும்தான் தமிழ்!

"தோ, அங்கே பாரு, ஒரு பெரியவரு சாஞ்சவாக்கிலே ஒக்காந்து தூங்கிறாரு... என்ன ஆளு நீ, புது ஊர்ல பகலிலே பக்கம் பாத்து வித்தையைக் காட்டுண்ணு சும்மாவா சொன்னாங்க ..."

அவனும் அப்பொழுதுதான், பக்கத்தில் மறைந்தவாக்கில் வேற்று ஆள் இருப்பதை உணர்ந்தவனாக, "உம் சீக்கிரம் சீக்கிரம். இந்த வார்ப்பட்டை சதங்கையையா எடுத்தாந்தே. அட, இது என்னா குதிகுதிச்சாலும் அலுங்காதே..." என்று பேச்சைத் திசை திருப்பி காரியத்தில் மூழ்கினான்.

"நல்ல பிள்ளைகள், ஆள் பக்கத்தில் இருப்பதை அறிந்ததும், என்ன கரிசனம்?" என்று எண்ணியவாறு, மெல்ல கனைப்பு காட்டி, எழுந்து உட்கார்ந்துகொண்டார். சாத்தி வைத்திருந்த படகுக்கு அப்பால், உண்மையிலேயே அவர்கள் பயந்துதான் போனார்கள்.

"யாரப்பா அது, எந்த ஊர்க்காரங்க நீங்க?" என்று அங்குசாமி அதட்டலாகவே குரல் கொடுத்தார்.

இளைஞன் கொஞ்சம் தயங்கியவாறே, "நீங்க ஆருங்க?" என்று, சொல்ல மனமில்லாமல் திருப்பிக் கேட்டான்.

"ஓஹோ, அது அறிஞ்சாத்தான் சொல்லுவியோ? நான் தான் இங்கே திருவிழாக் கமிற்றி மெம்பர்... சொல்லு. நீங்க என்ன பொய்க்கால் குதிரையா?"

"இல்லைங்க, பொய்க்கரகமுங்க. ஆணும் பெண்ணும், ரெண்டுபேரும், ஆடுறோமுங்க... கேட்டதுக்கு. பெரியவங்க தப்பா நெனைச்சுக்கக் கூடாது. ஏதோ..." என்று, கையில் தேய்த்த சாயத்தை எங்கே பூசுவது என்று தெரியாதவனாகத் தயங்கித் தடுமாறினான். அந்தப் பெண்ணும், திருட்டு விழி விழித்துக்கொண்டு, சிவந்து கலங்கியிருந்த கண்ணின் புருவங்களின்மேல் மைக்கோடுகளை வளைத்துக்கொண்டிருந்தாள்.

"நான் ஒண்ணுமே பாக்கலியே... பின்னெ எப்பிடி உங்களெ தப்பா நினைப்பேன்..." என்று புன்சிரித்தவாறு மறுபடியும், கொஞ்சம் அப்பிடியே சாய்ந்துகொண்டார்.

கையில் வலி ஏறி வருவதுபோல் தோன்றியது. வெளியே, ஆற்றுத் துறையில், திருவிழா கலகலப்பு ஆரம்பமாகியிருந்தது.

பங்கி புதிய முண்டும், புளியிலைக்கரை நேரியலும், பச்சைநிற ஜாக்கெட்டும் அணிந்துகொண்டு, யாரோ இரண்டு பெண்களுடன பேசிக்கொண்டே, புரையினுள் ஏறி வந்தாள். கரிச்சட்டி சுண்ணாம்புப் பொட்டு அணிவித்தது போன்ற அந்த 'அழகை'ப் பார்க்க விருப்பமில்லாமல், அங்குசாமி கண்ணை இறுக மூடிக்கொண்டு, உறங்குவதுபோல் பாவனை செய்து திரும்பிப் படுத்தார்.

18

தங்கம்மை இருந்தபோது இரண்டுதரம் ஆற்றுத் திருவிழாவுக்கு அவளுடன் வந்ததுண்டு. ஆனால் அப் போதுகூட, பொறுப்புள்ள வேலைகள் இருந்ததினால் மற்ற இளசுகள் போல மனைவியுடன் கடைகள் தோறும் ஏறி இறங்கவோ, கூத்து கேளிக்கைகளைக் கண்டு பகிர்ந்து ரசிக்கவோ நேரமிருந்ததில்லை.

எதற்கெடுத்தாலும், தங்கம்மை இருந்த நாட்களோடு நிகழ்காலத்தை ஒப்பிட்டுப் பார்ப்பதில்தான் இப்பொழுது திருப்தி. புற உலக நினைவுகள் ஒடுங்கி, மயங்கிய நிலையும் தளர்வுமாகச் சாயும்போது, உறக்கம் தழுவாத அவஸ்தைகளில், அந்த நினைவுகளே திரும்பத் திரும்ப கரையில் மோதும் அலைகள் போலத் திரண்டு வந்தன...

...தங்கம்மை எதிரே வந்து அமர்ந்திருந்திருக்கிறாள். சாயங்காலம் குளித்து, நெற்றிக்கு பஸ்மக்குறி இட்டிருக் கிறாள். கூந்தலை இடுப்பிற்குக் கீழ்வரையில் தொங்க விட்டு, நுனியில் முடிச்சிட்டிருக்கிறாள். துல்யமான வெள்ளை மல்முண்டு உடுத்தி, இளம் சிகப்பு ஜாக்கெட் அணிந்திருக்கிறாள். கழுத்தில் நகை ஒன்றுமேயில்லை. எடுப்பான மார்பு. சிகப்பு ஜாக்கெட்டின் மருட்சியில், மார்பு உயர்வு மனதை நெருப்பிட்டு ஊதுகிறது. கைகளிலோ, கழுத்திலோ ஒரு நகை... ஒரு கண்ணாடி வளையல்கூட இல்லை. ஒரு மூக்குப்பொட்டுகூட இல்லை. அதனால்தான் தங்கம்மை, நீராடிவந்த யக்ஷிணி போல ஜ்வலித்தாளோ?

தங்கம்மை எதிரே வந்து அமர்ந்திருக்கிறாள்.

"என்ன அப்படி காணாத ஆளைக்கண்டதுபோல பார்த்துக் கொண்டே இருக்கிறது?"

அங்குசாமி, வெள்ளை இனாமல் பீங்கான் தட்டின் கறுப்பு நிற விளிம்பை விரல் நகத்தால் சுரண்டிக்கொண்டிருந்தான்.

"சோத்தை எடுத்து சாப்பிடுங்களேன்... வறுத்து அரைச்சு உள்ளி மாத்ரம் இட்டு வற்றிச்சு வச்ச தீயல் கொழம்பு, நல்லா வெரவி சாப்பிடுங்கோ. ஜோலி செய்யிற ஆணாப்பிறந்தான். இப்பிடி சோத்தை திங்காமெ ஆளைப்பாத்துக்கொண்டிருந்தா நல்ல சீரான காரியம்தான்... நேரந்தான் விடியும்..."

"விடியட்டும் தங்கம்மே, விடியட்டும். உன் அப்பன் இண்ணைக்கு உன்னை எங்கிட்டே ஒப்பிச்சிட்டு போயிருக் காரு... என்ன காரணம்? ஒரு விஸ்வாசம். அந்த விஸ்வாசத்துக்கு வஞ்சனை காட்டக்கூடாது. அதனாலெ கொஞ்சம் அப்பிடியே அனங்காமெ இரி... சும்மா கொஞ்சம் பாத்துக் கொள்ளட்டும்..."

"அப்பிடி பாத்தாலும் இன்று எத்தர நேரம் பாக்க முடியும்? இண்ணு கடைசி வியாழக்கிழமையாக்கும். அங்கே கோவிலிலே பஜனை தொடங்கும்போ, எனக்கு தளச்சை வரத்தான் செய் யும்... பங்கிக்கு அப்பன் செத்துப்போன மறுமாசத்திலே இருந்தே இது அச்சட்டாக்கும். ஒரு மாதிரி நம்பிக்கை இல்லயானா, அப்பன் வேறே ஆம்பிள்ளையை தொணைக்கு ஆக்கிட்டு போவ மாட்டாரு. ஐ.ஜி. காம்பு போவும்போ அப்பன் கூட போவணும்னா தட்ட முடியுமா?"

"அந்த அனுமார் சாமிகிட்டெ எனக்கும் சிலது கேக்க ணும்ணு கொஞ்ச நாளுகொண்டு ஒரு ஆக்ரகம். இண்ணு நல்ல சந்தர்ப்பம் ஒத்திருக்கு... ஏதானாலும் சாப்பிட்டு தீருவதுக்கு முன்னாலெ அனுமான் வரமாட்டாரு... இதென்ன, மீனு பொரிச்சதா?"

"அய்யே, இண்ணைக்கு மீனு பொரிக்கவும் கரிக்கவும் ஒண்ணும் மாட்டோம்... ஆகாசம் முட்டப்பறந்தாலும் ஒடுக் கலத்தெ வியாழக்கிழமெ மீனோ, எறச்சியோ, ஒரு வகைகூட வாங்கமாட்டோம்... இது கத்தரிக்காயெ வெளிச்செண்ணை யிலெ இட்டு வதக்கி எடுத்தது. நீங்க பாண்டிக்காரங்க. இருந்து இருந்து நல்லப்பம் ஒரு பிடி சோறுண்ண கூப்பிட்ட அண்ணைக்கு, இந்த தீயலாவது வெக்க முடிஞ்சுதே... ஆனா ஓராளு சோறு வெரவுது கண்டா, ஒண்ணும் ருசிக்காதது மாதிரி இருக்கு... இனி இப்போ வாரி உருட்டித் தந்தாத்தான் உண்ணுமோ என்னமோ?"

"எனக்கு உருட்டியும் சவைச்சும் ஒண்ணும் தரண்டாமே. விஸ்வசிச்சு போயிருக்கும் அப்பனும், அனுமானும் அறிஞ்சா, இதெல்லாம் பாவமாயிரும்."

“பாவமும் புண்யமும் பாத்திட்டு இனியும் நான் எத்தரை நாள் இப்பிடியே இருக்கணுமோ என்னமோ? இல்லாவிட்டா லும் நீங்க, பாண்டிக்கார ஆளுகளெ நம்ப ஒக்காது. நான் ஒரு மோறையும் சிறியும் இல்லாத பெண் கொச்சுக்கு தள்ளை யுமாயிப் போனேன்... அதுதான் என் குற்றம்.”

தங்கம்மை அழுதுவிடுவாள் போலிருந்தது.

“இந்தா பாரு, தங்கம்மே. நான் தமிழன். பாண்டிக்காரன் தான். அதனாலெ, சொன்ன சொல்லு மறாத்தவனும் ஆக்கும். இந்த நெறஞ்ச பெரையிலெ சோத்து முன்னாலெ இருந்து கொண்டு சொல்லுதேன். சத்தியமா நான் தங்கம்மையை நாலுபேரு அறிய கெட்டும். நாம, புருஷனும் பெண்டாட்டி யுமா வாழத்தான் போறோம். நீயொரு பெண்ணுக்கு அம்மை யானா எனக்கென்ன?... நான் கெட்டப்போறது, சிநேகம் நெறஞ்ச உன்னைத்தான். இது சத்தியம்...”

போலீஸ் காம்பு சுவருக்கப்பால் அனுமார் கோயிலிலிருந்து பூஜை மணிச் சத்தம் கேட்டது...

“நித்ய ப்ரம்மசாரியே
ஸ்ரீராம தாசனே
நித்யம் ஈ, ஞங்ஙளே,
காத்து வாணீடேணமே...”

என்று, போலீஸ்காரர்களின் கூட்டுக்குரல், பஜனைகானம், மெலிதாகக் கேட்க ஆரம்பித்தது... முதலில் கும்மென்று சங்க நாதம் உயர்ந்து வந்தது. பிறகு, கண்டாமணிகள் எல்லாமாக சேர்ந்து, ‘டாண் டாண் டாண்’ என்று முழங்கி, காதின் உள் குருத்தைச் சிலிர்க்க அடித்தன. ஜால்ராவும், ஆர்மோனியமும், தறிகெட்டு ஓடும் கன்றுபோல, அபஸ்வரமாக அமைந்த பின்னணி யில் போலீஸ்காரர்களின் கனத்த, கரகரத்த குரல், அனுமன் சங்கீர்த்தனங்களை உச்ச ஸ்தாயியில் உதிர்த்துக்கொண்டிருந்தன. முற்றத்து மங்கிய இருளில், உயர்ந்து நின்ற சென்னிற தென்னை மரங்களில் ஓலைகவுளிகள் வெள்ளி வாள்களாகக் காற்றில் சிலிர்த்தன. கிணற்றடி தொலைவில் பூத்த பவழமல்லி மரத்தி லிருந்து மணம் கலந்த காற்று வீசி வந்தது. மாவிலைகள் சிலிர்த்தாடின. முற்றத்து பிலாமரத்தில் இணுக்குகளாக அடர்ந் திருந்த பிஞ்சு பிலாக்காய்கள், இருட்டில் அமிழ்ந்த தொங்கல் களாக அசைவற்றுக் கிடந்தன. பஜனைக் கானம் உச்சஸ்தாயியில் எட்டுகிறது... கோசாயி பிச்சைக்காரனின் இரும்புக்கம்பித் தாளம் போல ஒரு வாத்தியத்தின் காதைக்குத்தும் ‘ஜல், ஜல்’ ஓசை, உணர்வைக் கலக்கியடிப்பதுபோல ஒலித்துக்கொண்டிருக்கிறது.

காற்றோடு சாம்பிராணி தூப மணம் கலந்து வந்தது.

19

தங்கம்மை சிரித்துக்கொண்டு அங்குசாமியின் முன்னால்தான் உட்கார்ந்திருந்தாள். வெள்ளைமங்கிய சுவரில், உயரத்தில், அந்த பட்டாள உடை ஆளின் புகைப்படம் மாட்டியிருக்கிறது. அரிக்கன் விளக்கு பிரகாசமாக எரிகிறது. கீழ் ஓரத்தில் சிறுமி பங்கி, புல்பா யில் அழுக்குத் துணி அணைப்பில் சுருட்டிக்கொண்டு படுத்து உறங்குகிறது. கிழிசல் உதடு மூக்கோடு தொட் டிருந்ததினால், உறக்கத்தில் அது மூச்சு விடுவது, கர்ண கடூர குறட்டையாக வெளிவந்துகொண்டிருந்தது. எண்ணெய் படாத அதன் குலைந்த கேசமும், ஒருக் களித்துப் படுத்திருக்கும் அலங்கோலமும், அங்குசாமி யின் மனதின் இனிய நினைவுகளைச் சோதிப்பது போலிருந்தன. தங்கம்மைகூட இந்தக் குழந்தையைச் சற்று பாராமுகமாக விட்டு வைத்திருக்கிறாளோ...? எப்ப டியோ – இது ஒரு மறக்க வேண்டிய, ஒதுக்கி மறந்தே போக வேண்டிய, சாதாரணம்...

– தங்கம்மையுடன் பழகி, இத்தனை நாளில் ஒருவருக்கொருவர் மனநினைவுகளைப் பரிமாறி அறிந்து கொண்ட பின்பும், அவளைத் தொட்டு உறவாட, அவளுடன் ஒத்த உரிமை கொண்டாட, இந்தக் 'குழந்தை' தான் தடைச்சுவராக இருந்ததோ? தங்கம்மையின் தகப்பனார்கூட இந்த பந்தத்தை விரும்புகிறவராக, எத்தனையோ தனித்த சூழ்நிலைகளை அவர்களுக்காக உருவாக்கித் தந்துவிட்டு, காம்பில் வேலை, அவசரப் பயணம், ஸ்பெஷல் சமையல் என்றெல்லாம் இரவு சமயங்களில்கூட வெளியேறிவிடுவது அங்குசாமிக்கு நன்கு தெரிந்து இருந்தது. தங்கம்மை அப்படியொன்றும் வேலி ஏறி மேயும் ஆடு போல் இல்லாமல் பதவிசாகத்

தான் பெருமாறி வந்தாள். அங்குசாமிக்குக்கூட பரபரத்த – இன்னது செய்வததென்றறியாத – சிறுபிள்ளை பிராயம் தாண்டிவிட்டமையால், வரம்பைப் பற்றி எப்பொழுதும் நினைவிருந்தது. சில அசந்தர்ப்பங்களில் வார்த்தைகள் மீறிய உரையாடல்களில்கூட, தங்கம்மை கோட்டை மீறிவந்து பற்றிப்படர நினைக்கவில்லை. உலகமறியாத சிறுமிபோல நாணிக்கொண்டு பேசினாள். அளந்து உரிமை கொண்டாடி னாள். இவ்வளவிற்கும் அவள் வாய்ப்பு ஏற்பட்டபோதெல் லாம் தன் இதய ஆதங்கத்தை அங்குசாமிக்கு உணர்த்தத் தவறியதில்லை. அன்றும் அப்படித்தான் ஆயிற்று. மாதக் கெடுதோறும் அவளை அலட்டிக்கொண்டிருந்த அனுமார் சாமி ஆராதனை அன்று அவளை அணுகாததில் அவளுக்கே வியப்பாக இருந்தது. இந்த மாதிரி நாட்களில் கட்டுப்பாடாக மனதைத் தளர விடாமல், சுயதைர்யத்துடன் இருக்க வேண்டு மென்றெல்லாம் நினைத்துக்கொண்டு, அன்று பூராவும் அனுமார், பக்தி என்ற நினைவுகளையெல்லாம் உதறி விட்டுகூட இருந்து பார்த்திருக்கிறாள்... அங்கே அந்த போலீஸ் வளைவிலிருந்து சங்கநாதம் எழும்போதே, மனதின் உள்ளாழத் தில் ஒரு நெருப்புத் துளி வந்து விழும். சட்டென்று உடலெங்கும் பதறி நடுங்கும். பிறகு, மணியோசையும், பஜனைக் குரல்களின் களேபரமும் அதிரும்போது, உடல் வேர்த்து குளிர்ந்து தன்னை யறியாமல் உள்வாங்கி ஒதுங்குவாள். பிறகு, கண்ணை இருட்டிக் கொண்டு வரும். தாகமாக இருக்கும், மயக்கமாக வந்து நினைவை எங்கோ அதல பாதாளத்தில் இழுத்துக்கொண்டு போவதாகத் தோன்றும். அனுமாரின் விஸ்வரூப பிரம்மாண்டம், கண்ணின் பிரகாச வளையமெங்கும் நிறைந்து, நிறைந்து அகண்டாகாரமாகி... நினைவு துவள ஆரம்பிக்கும். போலீஸ் காரர்களின் கனத்த குரலின் பஜனை கானம் இங்கே இவள் மனவட்டத்தில் வரிசையிட்டு திமிர்த்து, பிணைந்தாடும் பாம்பு கள்போல, வக்கிரம் கொள்ளும். சுய உணர்விற்கும், மயங்கிய, மங்கலான, பரவசத்திற்குமான போராட்டத்தில் ஒரு பக்கம், வர்ணங்களில் உக்ரம் கொண்ட விஸ்வரூப அனுமாரும், மறுபக்கத்தில் இளமைத் துள்ளலில் அணி கொண்டிருக்கும் ஆஜானுபாகுக்களான போலீஸ்காரர்களும்... காற்றும், புயல் காற்றும்போல, வெள்ளமும் பெருவெள்ளமும்போல, தீயும் காட்டுத் தீயும்போல, புழுதியும் பெருமலையும் போல இந்தத் துள்ளல் நிகழ்ந்துகொண்டே இருக்கும்... தங்கம்மையின் மனவெளி இடிந்து, ஓ வென்ற குரலுடன் அவள் மூர்ச்சை யிழந்து விழுவாள்.

...ஆனால், இன்று என்ன நேர்ந்துவிட்டது? அங்குசாமியின் அருகாமையினால் புதிய மாறுதல் தோன்றவிருக்கிறதோ?

“தங்கம்மே!”

“என்ன?”

“எப்பிடி இருக்கு, தூக்கம் வருதா?”

“இல்லே...”

“ஒடம்புக்கு ஒண்ணுமில்லியே?”

“ஒண்ணுமே இல்லே. மனசு இப்போ ரொம்ப தெளிஞ்சு இருக்கு. சுகமாகவும் இருக்கு. ஆனா, எப்பிடிப்பட்ட சுகம்னு சொல்ல முடியல்லே...”

“அது கொள்ளமே. ஏன் சொல்ல முடியல்லே?”

“சொல்லத் தெரியல்லே. ஒருவேளை, எல்லாம்...”

“எல்லாம்...?”

“நீங்க பக்கத்திலேயே இருக்கிறதினாலெதான்...”

“அப்பிடியா? அப்பிடீன்னா இன்னும் கொஞ்சம் பக்கத் திலெ வாயேன்.”

“அய்யோ, நான் மாட்டேன். இண்ணைக்கு கடைசி வியாழக்கிழமை.”

“கடைசி வேழக்கிழமை பதிவா வரவேண்டிய அனுமார் சாமியே இன்னும் வராமெ நமக்காயிட்டு ஒதுங்கி இருக்காரு... நீ இங்கே வாவேன்.”

“மாட்டேன். பயமா இருக்கு.”

“பயமா?”

“இல்லெ, கொறச்சிலாயிட்டு இருக்கு...” என்றவாறு அவள், சுவரில் அந்தப் புகைப்படத்தையும், ஓரத்துப் பாயில் தன் மகளையும் பார்த்தாள். தூக்க மயக்கம் கவிந்த தங்கம்மை யின் கண்களில் நீர் நிறைவது, மங்கல் வெளிச்சத்தின் பளபளப்பில் தெரிந்தது.

“தங்கம்மே, நீயும் நானும் இணைவதை, அதோ அந்த படத்தில் இருப்பவர் நிச்சயம் ஆதரிக்கத்தான் செய்வார்... தங்கம், இப்பிடி வாவேன்.”

தங்கம்மை எழுந்து அங்குசாமியின் அருகில் வந்து நின்றாள். அவள் கைகளை எடுத்து தன் நெஞ்சுமேல் பதித்துக் கொண்டு ‘தங்கம்மே’ என்றவாறு அவளை அணைத்துக் கொண்டான்.

விளைத்தோட்டத்தின் பரந்த தொலைவெளியில், அந்தக் கருங்கல் சுவருக்கப்பால், அனுமார் கோயில் இப்போது அமைதி

யில் அடங்கிப் போயிருந்தது. இருட்டில் சுவரில் திவ்ய தரிசனம் தெரியவில்லை. பச்சை படர்ந்த விளையும், இருட்டும், குளிர்காற்றும் மட்டும் அமைதியில் விரிந்து கிடந்தன...

'ஓ'வென்று அந்த சிறுமி ஏதோ கெட்ட கனவு கண்டது போல, வீறிட்டு அலறி அழுதுகொண்டு எழுந்து உட்கார்ந்தது. அங்குசாமியின் ஆதுரமான அணைப்பில் மெய்மறந்து அமர்ந்திருந்த தங்கம்மை, பரபரவென்று தன்னை விடுவித்துக்கொண்டு எழுந்து அதன் அருகில் ஓடிப்போனாள்.

"என்ன மக்களே, ஏன் அழுதே...? சொப்பனம் கண்டு பேடிச்சியா" என்று இதமாகத் தடவிக் கொடுத்து, அவளை மறுபடியும் ஒருமாதிரியாகப் படுக்க வைத்தாள்.

அங்குசாமிக்கு நிலைமை வெறுப்பைத்தான் தந்தது. அன்பும் ஆதுரமும் கொண்ட நல்லவளான தங்கம்மைக்கு மடியிலே வினையைக் கட்டிக்கொண்டது போல இப்பிடி ஒரு மகளா?

நினைக்க நினைக்க, எதன்பேரில் என்றில்லாமல், வெறுப்பு மனதில் திகட்டிக்கொண்டு வந்தது.

20

வல்லமேட்டு சங்கமத்தில், ஆறு எப்போதும் போல் அமைதியில் ஒழுகிக்கொண்டிருக்கிறது. மணலும், கயிறும், தேங்காய்த் தொண்டும் ஏற்றிய வள்ளங்கள், போய்க்கொண்டும் வந்துகொண்டுமிருக்கின்றன. மாடன் துறை திருவிழா முடிந்து, புதுவெள்ளம் வந்தது போல, ஆற்றுத்துறை புதிதாக இயங்க ஆரம்பித்திருந்தது, மேம் பாலத்தின் கிழக்குப்புறக் கம்பிச் சுவரில் பிரயாணிகள் பஸ் ஒன்று வந்து மோதி, ஒரு பகுதி இடிந்து ஆற்றில் விழுந்தவிட்டிருந்தது. நல்ல வேளையாக பஸ் ஆற்றினுள் விழாது தப்பித்தது... மாறுதல்கள் எத்தனை வேகத்தில் நிகழ்ந்துவிடுகின்றன! ஆற்றின் மேற்கு பாகத்தில் உயர்ந்த கரைமேடு, கழிந்து போன மழைக்காலத்து வெள்ளப் பொக்கத்தில் ஒரு பர்லாங் தூரம் இடிந்து ஆற்றில் விழுந்திருந்தது. அதற்கு நல்ல கருங்கல் அடித்தரையாகப் பதித்து உறுதியான 'பண்டு' சுவர் எழுப்பிவிட்டார்கள். அந்தப் பகுதியிலிருந்த மண் வேலைக்காரர்களின் குடிசை கள் ஒன்றுகூட இப்போது இல்லை. குடிசைகள் இருந்த இடத்தில், ஓட்டுக் கம்பனிக்காரர்கள், ஓடு பாக்டரி நிறுவுவதற்காக, கட்டடம் கட்டிக்கொண்டிருக்கிறார்கள். கல் சுமக்கும் கூலிப் பெண்களும், சிமின்ட் கான்கிரீட் கூட்டும் கொத்த வேலைக்காரர்களும், கம்பிகளை மட்டம் சுருட்டும் கொல்ல வேலைக்காரர்களுமாக அந்த இடம் புதிய முகச்சாயை கொண்டுவிட்டது.

இவ்வளவிற்கும் ஆற்றில் மணல் வாரி எடுக்கும் தொழில் மட்டும் நிரந்தரமாக நடந்துகொண்டிருக்கிறது. உடுத்திய துண்டு துவர்த்தும், தலையும் உடலும் நனைய, வெள்ளத்திலிருந்து கூடையில் மண் சுமந்து, கரையின் பிலாமரத்தடியிலும், மாடன் துறை வெளியிலும்

கொண்டுவந்து கொட்டி, கூம்பாரமிட்டுக் கொண்டிருக்கிறார்கள். கயிற்றுக்கு விலை ஏறிவிட்டது. தேங்காய் மட்டை தொண்டு கொள்ளை விலை. சூளையில் செங்கல்கூட விலை ஏறிவிட்டதினால், வெந்தது பாதி வேகாதது பாதியாகக் கல்லை விற்று பணமாக்கும் காண்டிராக்டர்களுக்கு ஆனந்தமயமான நாட்கள்... இத்தனைக்கும் மணல் மட்டும் வண்டிக்கு ஏழு ரூபாய்க்கு மேல் ஏறவே இல்லை. அதனால், மணல் சுமக்கும் கூலியாட்களுக்கு கையில் காசு கொஞ்சமாகத்தான் நடமாடியது.

அங்குசாமி பழையபடியும் வேலைக்கென வந்திருந்தாலும், முன்போல ஒன்றுமே செய்யமுடியவில்லை. கடவிற்குப் போய் வேலையாட்களை ஏவிவிட, சத்தம் காட்ட முடியவில்லை. மணலுக்கு வரும் லாரி வண்டி ஆட்களிடம் மல்லிட்டு பேரம் பேசி, அடாப்பிடியாக நடந்துகொள்ள முடியவில்லை. மண்வியாபாரம் கரடு முரடான காரியமானதினால், எப்பொழுதும் 'ஏர்' என்றால் 'மார்' என்று முறித்துப் பேசவேண்டும். முன்பு ஒரே சீராக வந்துகொண்டிருந்ததினால், எல்லாவற்றிற்கும் கட்டி வரமுடிந்தது. இடையில் ஏற்பட்ட தொய்வு எல்லாவற்றையும் அயர்த்திவிட்டதை அங்குசாமி உணர்ந்தார். 'மூப்பருக்கு இப்போ பண்டத்தெ போல ஆவதில்லா...' என்று வண்டிக்காரனின் கையாள் சிறுவன்கூட இளப்பமாகப் பேசினான்.

தினமும் தாமோதரன் உட்பட எல்லோருமாக வல்ல மேட்டிற்கு வந்தால், பணிப்புரை கொட்டகையினுள் பெஞ்சு மேல் வந்து உட்கார்ந்துகொள்வது, வந்து போகும் ஆட்களின் கணக்கை நோட்புக்கில் குறித்துக்கொள்வது, விற்ற மணலுக்கு காசு வாங்கி வைத்துக்கொள்வது... காண்டிராக்டருக்கு இதற்காக மட்டும் ஆள் தேவையில்லையென்றாலும், ஆகிவந்த முறைக்கென அங்குசாமியை வைத்துக்கொண்டிருந்தார். 'மூப்பரூ இனிமேல் ரெஸ்ட் எடுக்கணும். இனி உங்களால் ஓடியாட முடியாது...' என்று காண்டிராக்டர் அடிக்கடி சொல்வார்.

உண்மையிலேயே அங்குசாமிக்கு ஓய்வுதான் தேவைப்பட்டது. இடது கையை நன்றாகத் தூக்கித் தலைக்குமேல் நிமிர்த்திக் கொள்ளும்போது, இன்னும் வலித்தது. அந்தக் கையினால் ஒரு துண்டு சுடுகல்கூட தூக்க முடியாமலிருந்தது.

தனது உடல் வலிமை, இப்படி தூரில் ஓட்டை விழுந்த வள்ளம்போல் ஆகிவிட்டதை எண்ணியபோது, அங்குசாமி மனதினுள் படத்தைச் சுருக்கிக்கொண்டு ஒடுங்கத்தான் செய்தார். காலமும் மாறி வருகிறது. நம்பிக்கை, நன்றி உணர்வு இதெல்லாம் உதவாக்கரையாகிப் போய்க்கொண்டிருப்பதையும் உணர முடிந்தது. எல்லோரும், ஓடும் தண்ணீரில் கால்தடம் பார்க்கிற

அசகாயர்களாக அவருக்குத் தென்பட்டார்கள். பருவம் தப்பினால் கிழங்குகூட நாராகிவிடத்தான் செய்கிறது. தான் வாழ்ந்து வந்த கம்பீரம், அனைவரும் தனக்குத் தந்திருந்த மரியாதை, வீட்டிலும் வெளியிலும் தலை நிமிர்ந்து நடந்த ஆணவம்... எல்லாம் இப்போது என்ன ஆயிற்று? கால் முறிந்த பருந்தைக் கல்லால் அடிப்பது போல, மற்றவர்கள் தன்னை நோண்டுகிறார்களோ? காண்டிராக்டர், ஆற்று வட்டத்துத் தலை மூத்தவர்கள், மாடன் கோயில் பெரியவர்கள், வள்ளக்காரர்கள், வேலைக்காரர்கள், கூலிப்பெண்கள் அனைவரும் தன்னை இறங்கிய பார்வையால் அளப்பதாக அங்கு சாமிக்குத் தோன்றியது... ஒரு கையின் இயலாமை தன் உடல் வலிமையையே பாதித்து தளர்த்திவிட்டதுபோல, தனக்கு பலவீனம் என்று அறிந்தபோது, அது நாள்வரை இருந்த மரியாதையும் பலவீனப்பட்டுப் போய்விட்டதாக உணர்ந்தார். கூரைமேல் சோறு போட்டால் ஆயிரம் காக்கை என்றதுபோல, தான் இல்லாவிட்டால் தன்னைப்போல் எத்தனையோ பேர், எந்தக் காலத்திலும் 'தான்' என்ற ஏகம் இல்லவே இல்லை என்பதையும் அங்குசாமி உணர ஆரம்பித்தார்... இனி இப்பொழுது ஆறுதலாகப் பழையவை மட்டும்... பழையவையிலும், ஆரம்ப நாளின் கம்போள வாழ்வை விட்டு, ஆற்றின் மடியில் வந்த நாட்கள் முதல்...

21

“பிள்ளெ, இந்த சாலைக்கடை சுமட்டுத் தொழிலை யெல்லாம் வச்சு கெட்டணும். வேண்டாம் அந்த ஜோலி. எல்லா காலத்துக்கும் ஒத்துவரக்கூடிய காரியமில்லே. விசேஷிச்சு, நல்ல ஆளுகளுக்கு இந்த வேலை வேண்டா தது. பிள்ளைக்கு, கிட்டத்தட்ட முப்பது வயசாவது இருக்குமில்லையா? இப்போ தங்கம்மையும் உங்க வகை ஆயிட்டா. வீடும் குடியும் ஆகும்போ, ஒரு நல்ல பணியும் காரியமும் எல்லாம் வேணும். இதா, என் காரியத்தைதான் எடுத்துக்கொண்டாலும், நினைவு தெரிஞ்ச நாள் கொண்டு இந்த சமையல் வேலைதான். ஆத்யம் இங்கே ரெஸிடென்ஸி பங்களாவிலே, ஒரு வெள்ளைக்காரன் சாயிபுகூடெ கைவேலைக்காக போய்ச் சேர்ந்தது. அப்போ பிரிட்டிஷ் பரண காலம். வைஸ்ரா யும் ரஸிடன்டும் பரணம் நடத்திக்கொண்டிருந்தது. எத்ர செழிப்பான காலம் தெரியுமா? ரெண்டு சக்ரம் கொடுத்தால் ஒரு இடங்கழி அரிசி வாங்கலாம். ஒரு பிரிட்டிஷ் ரூபா இருந்தால் பதினைஞ்சு நாளு கழிச்சு கூட்டலாம். எனக்கானா, ரெஸிடென்ஸி பங்களாவிலெ குசினி வேலை ஆனதினாலே சாப்பாடு சங்கதி வெகு குஷால். இவ தங்கம்மையின் தள்ளைக்காரியெ நான் கெட்டிய காலத்திலெ, எனக்கு முசாபரி பங்களா விலெ நான் தனி ஆளாக ஒற்றைக்குள்ள குசினி வேலை, புரொமோஷன் ஆயிட்டுது. கட்லட்டும், சாப்ஸூம், மட்டன் ஃப்ரையும், ரோஸ்டும், புல்சையும் எல்லாம் அப்போ எனக்கு தண்ணிபட்ட பாடு. ஒருக்கெ, முசாபரியிலெ தாமசிக்க வந்த இங்கலண்டுக்காரன் தொரை, நான் உண்டாக்கிய மட்டன் ரோஸ்டை சாப்பிட்டிட்டு, மேசை முன்னாலே இருக்கும்போதே

என்னெக் கூட்டிக்கொண்டு வரச்சொன்னான். ஃபுல் யூனிபாரத்திலெ தலைப்பாகையும், கின்னரியும், சொர்ணநிற பட்டன் வைச்ச கப் சட்டையும், கால்சராயும் ஆயிட்டு போய் நிண்ணு, அட்டன்ஷனிலெ ஒரு சல்யூட்டு பாஸாக்கி 'ஜம்'ணு பிரதிம போல நின்னேன். 'வாட் ஈஸ் யுவர் நேம்'ணு கேட்டான். நானும் விடல்லே. அதே இங்கிலீஷ் மட்டிலே, 'மை நயிம் ஈஸ் குட்டன் பட்லர்'ணு திருப்பி அடிச்சேன். அறைக்கல்லே. அந்த சாயிப்புக்கானா, எனக்கெ இங்கிலீஷூம்கூட கேட்டப்போ, பகு சந்தோஷம். மதாம்மெ விழுந்து விழுந்து சிரிச்சா. சாயிப்பு ஊருக்குத் திரும்பும்போ, ஒரு பவன் நாணயம் ... நம்ம முழுவன் வெள்ளி ரூபாயைக் காட்டிலும் கொஞ்சம் சிறிதாயிருக்கும் ... தந்ததுமல்லாமல் முசாபரி பங்களா புக்கிலெ, என்னைப் பற்றி புகழ்ந்து நாலுவரி பிரத்யேகமாயிட்டு எழுதி வச்சிட்டு, என் கையைப் பிடிச்சு குலுக்கீட்டு போனாரு. அதுக்கப்புறம், பிடிச்சது, பிடிச்சது, கேற்றம். கோறும், சர்டிபிக்கேட்டும், பிரசன்டேஷனும், எல்லாம் ஒரு கணக்கும் கையுமில்லே...

"நான் எதுக்கு சொல்லுதேன்னு கேட்டா, சமையல் பணி இப்போ, போலீஸ் காம்பிலே; அதுக்கு மானமில்லாமே போச்சு. அப்போ இப்பிடி ஒண்ணும் இல்லேண்ணு உள்ளதுக்கு சொன்னேன். சுதந்திரம் வந்தப்போ, பழைய ராஜகாரியமும், இங்கிலீஷ்காரன் தோரணையும் ஸ்டையிலும் எல்லாம் போச்சு. இப்போ சமையல் ரொம்ப சுளு வேலை. காலத்தெ சப்பாத்தி. அதுக்கு ஆட்டாமாவு சாக்கு கணக்கிலெ கெடைக்கும். உச்சை சாப்பாட்டுக்கு, சாம்பாரும் கூட்டும். ஆழ்ச்சையிலே ரெண்டு தரம் மட்டனோ மீனோ உண்டும். இதெல்லாம் நிஷ்பிரயாச மான காரியம். பின்னெ, வல்ல ஆபீசர்கள் கூட காம்பு போனா, பழைய பிரிட்டிஷ் காரியங்கள்தான். இந்தா பாருங்க, பிள்ளெ, இதிலெ ஒரு முக்கிய காரியம் என்னண்ணா, பரணம்தான் மாறியிருக்குதே அல்லாமெ காரியங்கள் எல்லாம் பிரிட்டிஷ்காரன் காட்டி வச்ச சங்கதிதான்...

"அங்குசாமி தம்பி, எனக்கும் வயசாயிட்டுது. கண்ணு பார்வை குறைஞ்சு போச்சு. காதுகூட கேள்வி குறைஞ்சு வருது. அண்ணைக்கு காம்பிலே, இரும்புச் சட்டியிலெ ஆட்டா மாவு வெரவி வச்சிருந்தது. காடி களைஞ்சு வச்சிருக்குண்ணு நினைச்சு எடுத்து தூரக் கொட்டினேன். ஸ்டோர் மாஸ்டர் வந்து தட்டிக் கேறினான். இப்பம் பழைய காலமில்லே. ஓரோண்ணும் ஓரோ காலத்திலெ மாறும். இண்ணைக்குள்ளது நாளைக்கு இருக்காது. அர்த்த ராத்திரியிலெ வடிச்சு எறக்கியிருந்தாலும், நேரம் விடிஞ்சா சோறு, பழைய சோறுதானே... அதனாலெ தான் பிள்ளெ, சொல்லுதேன். பிடிச்சிக்கோ, கெட்டிக்கோண்ணுள்ள மாதிரி, வந்து ஏறினதும் உங்க ஜோலியை விட்டிட்டு

வீட்டிலெ வந்து இருக்கச் சொல்லலே. ஒரு நல்ல ஏற்பாட்டைப் பார்த்து வச்சிட்டுதான் சொல்லுதேன். நம்ம வல்லமேடு ஆறு தெரியுமே? ரெண்டு ஆறும் ஒண்ணிச்சு சேரக்கூடிய வலிய கடவு. ஆற்றங்கரையிலெ மணல் கச்சவடம் நல்ல ஒரு தொழிலாக்கும். அதுக்கு இந்த ஆண்டு ஒண்ணடங்கம் காண்டிராக்டு பிடிச்சிருக்கிறது. நம்ம காம்பிலெ வெஞ்சனமும் வெறகும் சப்ளை செய்யக்கூடிய ஒரு மாப்பிளெ. கோட்டயத்துக்காரன். அவுசேப்பு காண்டிராக்டர்ணு பேரு. இங்கே கடப்புறத்திலேகூட புள்ளிக்கு அறேழு வள்ளமும் வலையும் காரியவுமெல்லாம் சொந்தமாயிட்டு உண்டும். ஆற்றிலே, காண்டிராக்டருக்கு ஆளுதவியாயிட்டு இருக்கணும். எங்கிட்டெ புள்ளிக்கு நல்ல அடுப்பம் உண்டும். அவர் இந்த காரியம் சொன்னப்பம், நான் முதல்லே நினைச்சது, நம்ம பிள்ளையெப் பற்றித்தான். நல்ல ஆள். சேஷியும் வாக்கு சாமர்த்தியமும். மரியாதையும், நேரும், நெறியும் எல்லாம் வேணும்ணு சொல்லும்போ, நான் வேறெ ஆரெயும் மனசிலே காணல்லே. அதெ நான் அந்த மாப்பிளையீட்டே தொறந்து சொல்லவும் செய்தேன். ஆளு நம்ம மருமகனாக்கும். ஆளு பாண்டிக்காரராக்கும்ணும் விட்டுச் சொன்னேன். தமிழன்ணு அறிஞ்ச உடனேயே ஆசாமிக்கு பாதி சம்மதம். பின்னெ, நான் உத்தரவாதமும் கொடுத்தப்போ ஆக்ஷேபமே சொல்லல்லே...

“அதனாலே நாளை, சிங்கமாசம் ஒண்ணாம் தேதி. பிள்ளெ வேறே ஒண்ணும் நினைக்காமெ, என்கூடெ ஒண்ணு வரணும். நான் எல்லாம் ஏற்பாடாக்கி வச்சிட்டு வந்திருவேன். தங்கம்மை இதை பண்டே சொன்னதாக்கும். அவ, ஆத்யம் ஒரு ஆணாப் பிறந்தான் கூடெ, அந்தஸ்தும், அபிமானவுமாயிட்டு வாழ்ந்தவளாக்கும். நானும், தொரைமாரும், போலீஸ் ஆபீசர்மாரும், சிட்டையும் மட்டுமாயிட்டு, சீலிச்சுப்போனதினாலெ, பிள்ளை ஒரு கூலி வேலைக்கு, சாலைக்கம்போளத்திலெ கெடந்து நானாவிதப்படுது ஒரு க்ஷீணம் போலெ. ஆணாயிட்டு உள்ளவனுக்கு சவறு வாரியும், அந்தஸ்ஸாயிட்டு ஜீவிக்க முடியும்ணு உள்ள நாயம் ஒரு பக்கம் இருந்தாலும், இதாவும்போ ஒரு நல்ல தொழிலு படிச்சது போலவும் ஆகும். குணமும் தோஷமும் பிடிச்சு வரும்போ, நாமளே சொந்தத்திலெ ரெண்டு வள்ளமும் உண்டாக்கி காண்டிராக்டு ஏற்று நடத்தக் கூடாதுண்ணும் இல்லே. அவ, தங்கம்மை, காலவிதியினாலெ, நாக்கும் மூக்கும் இல்லாத ஒரு பெண்ணுக்கும் தள்ளெ ஆயிப் போனா. நாளொரு காலம் அதுக்கும் நாலு காசு வேணும். நான் இருந்த காலம் முழுக்க ருசியாயிட்டு உண்டு, உடுத்தி ஜீவிச்சதேயல்லாமல் ஒரு சல்லிக் காசு மிச்சம் வச்சிட்டில்லை. இந்த வீடும் அந்த புரையும் மட்டும், சர்க்காரு புண்யத்திலெ

கிடைச்ச வகையாயிட்டு உண்டும். இதும், வித்து காசாக்க முடியாது. இருக்கிற காலம் வரை இருக்கலாம்...

"பூர்வ ஜன்ம சுகிர்தம்ணு சொல்லணும். பிள்ளெ ஒரு பாண்டிக்காரனாயிருந்திட்டு, இந்த வீட்டொட வந்து சேர்ந்திட்டியோ. இனி, உங்களுக்கு நாங்களும் எங்களுக்கு நீங்களும் தான் உள்ளது. இண்ணைக்கோ அல்லது பத்து நாள் கழிஞ்சோ, இருந்த இருப்பிலெ நான் போய் சேர்ந்திட்டாலும், பிள்ளை இதுகளெ கை வெடிஞ்சு போகாதுண்ணுள்ள மனசு தைர்யம் எனக்குண்டும். நானும் பல செறுப்பக்காரங்களை கண்டதுண்டு. போலீஸ் வளப்புக்கு அடுத்தாலெ தாமசமான தினாலெ, ஒளிச்சும் பதுங்கியும் பல மீசை வைச்ச கொம்பன் மாரெல்லாம் இங்கே வந்து அணப்பு பிடிச்சிட்டுண்டும்... இந்த அணப்பும், பதுங்கலும் எல்லாம் ஈயொள்ளவன் எத்தனையோ கண்டதாக்கும்... பின்னெ இந்த பெரையிலெ வந்தப்போ, உங்களையும் எல்லாரையும் போலதான் கணக் காக்கினேன்... இவளுக்கு அனுமான் சேவை வந்து விழுந்து கிடக்கும்போ எல்லாம், நீங்க ஓடி வந்ததும், தொட்டும் தொடாமலும் நிண்ணு சங்கடப்பட்டதும், எல்லாம் கணக்கு கூட்டி வச்சிருந்தேன். பலப்போளும், ராவும் பகலும் எல்லாம் பரிசோதிச்சுகூட பாத்தாச்சு. பெண்ணுண்ணா எடுத்துச் சாடக்கூடிய வர்க்கம் அல்லண்ணு கண்டுபிடிக்க அதிக நாளு வேண்டியிருக்கல்லே... பொறகுதான் தங்கம்மைக்கெ மனசை யும் அறிஞ்சேன். அந்தப் பட்டாளக்கார மனுஷன் செத்துப் போயி, நாலைஞ்சு வருஷம், இந்த கருமாடி பெண் கொச்சையும் வச்சுக்கொண்டு, இவ தீ திண்ணுதான் கழிஞ்சு வந்தா. வேறெயும் ரெண்டு மூணு எடத்திலேருந்து நாலஞ்சு சம்மந்த ஆலோசனையெல்லாம் வந்துது. ஒற்றையெண்ணத்துக்கும் இவ பிடிகொடுக்கல்லே. அனுமார் பூஜையும், கருக்கு வெள்ளமும், வைராக்யவுமாயிட்டு கெடந்து வந்தவளுக்கு, மனசு மாறினது உங்களெக் கண்டப்பம்தான். அது இப்போ, நீங்க ஒரு தேவகுமாரன் வந்து சேர்ந்ததாயிட்டல்லே. அந்த மரியாதையும் மட்டும் பேச்சும் எல்லாம் கண்டுதான்...

"இந்த காரியத்தை ஒத்துக்கொண்டு, நாளையிலிருந்து ஆற்றுக்கடவுக்கு வரணும்..."

...எத்தனை காலமாயிற்று! அன்று, சாலைக்கடைத் தெருவின் கழிசடை வாழ்க்கை நிலையிலிருந்து தன்னை, ஆற்றின் புனிதமான மணல் மடித் தட்டுக்கு இட்டுவந்த தங்கம்மையின் தகப்பன், இன்று இல்லை...

ஆற்றங்கரை வாழ்க்கையும் கசந்து, ஓடும் தண்ணீரில் கால் தடம் பார்க்கிற ஆசாமிகளாகச் சுற்றம், சூன்யம் கொண்டு விட்டதை அங்குசாமி உணரலானார்...

அப்படி நன்றியும் விசுவாசமும் அற்றுப்போன சுற்றத்திலும் 'அங்குசாமி அண்ணே' என்று, சகலவித உரிமையுடனும், மரியாதையுடனும் கூப்பிடும் தாமோதரனின் ஆதங்கமான குரல், எங்கிருந்தோ, என்பது போல காதில் வந்து தொடுகிறது... 'அனியா, தாமோதரா, யாரு டேய் நீ...?'

22

— பாலம் இறக்கத்திலிருந்து ஒரு இரட்டை மாட்டு வண்டி இறங்கி வருகிறது. காளைகள் இரண்டும் மெல்ல அடிவைத்து அடிவைத்து இறங்கி வருகின்றன. மேலே இருந்து, கழுத்துக் கயிற்றை இழுக்கும் கைகளின் பழக்க மின்மை, காளைகளை நிலைகுலைய வைக்கின்றது. இறக்கத்தில், வண்டியின் தள்ளல் அழுந்தியபோது, அந்த வாயில்லா ஜீவன்கள் இழுத்துப் பறித்துக்கொண்டு தலைதெறிக்க ஓடிவந்தன... வண்டி வரும் வேகமும், வண்டிக்காரப் பையனின், "அய்யோ... காளவெரண்டு ஓடுன்னே... பிடிக்கணே..." என்ற அபயக் குரலும் கேட்டபோது, ஆற்றங்கரையில் நின்ற அத்தனைபேரும் திரும்பிப் பார்த்தனர். தறிகெட்டு ஓடிவரும் காளைகளும், வண்டியும், வண்டியில் எழுந்து நின்று கத்தும் பையனும், எல்லாமாக, கண் இமைத்து மூடும் நேரத்தில் ஆற்று நீரில் குப்புற விழ இருந்தது...

அங்குசாமி, பணிப்புரை பெஞ்சிலிருந்து சரக்கென்று குறுக்காக பாய்ந்து, வண்டியில் குதித்து ஏறி, மாடுகளின் தலைக்கயிற்றை வெட்டி இழுத்துப் பிடித்து, காளைகளை நிலைக்கு நிறுத்தினார். வண்டியின் ஒரு சக்கரம் மட்டும் ஆற்று விளிம்பில் கொஞ்சம் இறங்கி தண்ணீர் மட்டத்தில் அழுந்திக்கொண்டது. அவ்வளவுதான்.

ஆற்றங்கரையில் நின்றவர்கள் அத்தனைபேரும் வந்து கூடினர். வண்டிச் சக்கரத்தைக் கரையில் புரட்டி ஏற்றி, காளைகள் இரண்டையும் அவிழ்த்து பிலா மரத்தில் கட்டிய பின்பு, அந்தப் பையனை ஆதுரமாகக் கூட்டி வந்து பணிப்புரை பெஞ்சு மேலேயே உட்கார வைத்து, முதலில் சமாதானமும் ஆறுதலும் சொன்னார், அங்குசாமி.

“தம்பி, ஆரு நீ? வண்டியும் காளையும் ஆருக்குள்ளது. ஒனக்கு பதினஞ்சு வயசிருக்குமா? ஒன்கையிலெ இந்த பெரிய வண்டியையும் காளைகளையும் தந்தனுப்பின புத்தியெ சொல்லணும்...”

“இது ஆறன்னூர் அப்பு காண்டிராக்டருக்கெ வண்டி. நான் அவரு வீட்டிலெதான் நிக்கேன். காளைகள் என் கைக்கு நல்ல எணக்கம் உள்ளது ஆக்கும். பாளயம் சந்தைக்கும் மேட்டுக் கடைக்குமெல்லாம் இந்த வண்டியையும் காளைகளையும் கொண்டு ஒரு நூறுவட்டம் போயிட்டுண்டும்...”

“அதுசரி, அந்த தைர்யம். ஆனா இது ஆற்றுக் கடவாக்கும். இறக்கம் இறங்கும்போ, வலதனை இழுத்துப்பிடிக்கணும். இடதனை அயச்சு விடணும். கொஞ்சம் கை தளந்தாச்சுண்ணா வண்டியும் காளையும் நீயும் எல்லாம் வெள்ளத்திலெதான். இன்னைக்கு நான் இல்லாட்டி கூத்து கண்டிருக்கலாம்...”

அன்று, நான் என்ற தன் நிறைவு இருந்தது. எத்தனை மனோகரமான நாட்கள்! மனம் விரும்பியது போல, பெண் கிடைத்திருந்தாள். மனம் விரும்பியது போல ஆற்றுப்புறத்து புதிய வாழ்க்கையும் அமைந்திருந்தது. காணும் காட்சிகளும், செய்யும் செய்கைகளும் எல்லாம் புத்தம் புதுமையாகத் தோற்றம் கொண்ட நாட்கள். வண்டியோடு ஆற்றில் விழாமல் கைதூக்கி விட்டதினால், வாழ்க்கையில் ஒட்டிக்கொண்டவன்தானே, தாமோதரன்.

தாமோதரன், இன்று நிமிர்ந்து வளர்ந்து ஒத்த ஆள். ஆற்றின் மடியிலே வளர்ந்துவிட்டதினால், எடுப்பும் தொடுப்புமாக உருமாறி சிறிய அடக்கமான மீசையும், சுருள்முடி கிராப்பும், பனியனும் கைலியுமாக அவன் பணிவே உருவாக எதிரே நிற்கும்போது, மனது நிறைந்து வழிகிறது.

அன்று, அந்தத் தொடர்பில் அறிமுகமாகி அதன் பின்பு வண்டிப்பேட்டையிலும், மேட்டுக்கடை ஜங்ஷனிலுமாக பலமுறை பார்த்து, எங்கு சந்தித்தாலும், “எந்தா டேய், வண்டிக்காரா, சுகந்தானா?” என்று கேலியாகக் குசலம் விசாரிக்கும் அளவில் நட்பின் தொடர்பு வளர்ந்து, ஒரு நாள் ஆற்றுக்கடவு பணிப்புரை கொட்டகையில் ஏதோ கணக்கு போட்டுக் கொண்டிருந்தபோது, கலங்கிய கண்களும், கையில் ஒரு துணிப்பொட்டலவுமாக வந்து நின்றான், தாமோதரன்.

“எந்து, வண்டிக்காரன். அழுது வடிஞ்ச கோள் காணுதே. என்ன சங்கதி?... கையிலே பொதிக்கெட்டெல்லாம் காணுது. எங்கேயாவது யாத்திரை பொறப்பட்டதா?” அப்போதும் கேலிதான் முன் பந்தியில் நின்றது.

அங்குசாமியின் இந்தக் கேள்வி எழுந்த தாமதம்தான், வந்து நின்றவன் பொலபொலவென்று கண்ணீர் உதிர அழுது விட்டான்.

“என்னடா கொச்சே, என்ன இப்போ நடந்துவிட்டது? சொல்லு. சும்மா சொல்லு. அய்யே, நீ ஒரு ஆணாப் பொறந்தான் அல்லவா. என்னதான் மலை மறிஞ்சு வந்த காரியமாகட்டேன், அதுக்கு அழவும் பிழியவும் ஒண்ணும் வேண்டாம்... முதல்லே மொகத்தை தொடைச்சுக்கோ. இரி, இந்த பெஞ்சிலெ இரி. காரியத்தெ சொல்லு. என்ன? காண்டிராக்டரு அடிக்கவோ மற்றோ செய்தாரா? இல்லெ, உன் பேரிலேயே குற்றமிருந்தாலும் ஒளிக்காமெ சொல்லு. ஏதாவது திருடிட்டியா? என்ன காரிய மானாலும் ஒரு சுக்குமில்லே. சொல்லு...”

காண்டிராக்டர் நல்லவரானாலும், அவர் வீட்டுக்கார அம்மா கொஞ்சம் கசடு. தின்னும் சோற்றுக்குச் செய்யும் வேலை போதவில்லை என்று சதா குற்றமும் குறையும் சொல்லுவாளாம். சம்பவத்தன்றும் ஏதோ குற்றம் சொன்னது மட்டுமல்ல, கையை நீட்டி அடிக்கவும் செய்திருக்கிறாள். அதோடு நின்றிருந்தாலும் சகித்திருக்கலாம். அடித்ததற்கு, காண்டிராக்டர் ஏன், எதுக்கென்று கேட்கவோ, ‘சரிதான், போகட்டும்’ என்றுகூட ஒரு வார்த்தை சொல்லவோ இல்லை. அப்படி அன்பிற்கு விசுவாசம் குறைந்துபோன இடத்தில் நிற்கப் பிடிக்கவில்லை. வந்துவிட்டான். சொந்த ஊரில் யாரு மில்லையென்றாலும், ஊருக்குப் போய்விட வேண்டுமென்ற தீர்மானத்துடன்தான் வந்து நின்றான்.

“உம். அதெல்லாம் இருக்கட்டும். இப்போ நீ உன் நாட்டிலெ போய் என்ன செய்யப்போறே — ? எதுக்குப் போறே? அது கேக்கட்டும், முதல்லே...” என்றார், அங்குசாமி.

“போய் ஒண்ணும் காரியமில்லெ. ஆனா, இங்கே நிண்ணு நான் என்ன செய்யக் கெடக்கு?”

“இங்கே என்ன செய்யக் கெடக்குண்ணு நீயாயிட்டு தீருமானிச்சதா? அல்ல, காண்டிராக்டரு நாட்டுக்கே ஓடீரச் சொன்னாரா?”

“அய்யோ, அப்பிடி ஒண்ணுமில்லெ. காண்டிராக்டரு ஒண்ணுமே சொல்லல்லே.”

“அப்போ, இங்கேயே வேறொரு ஜோலி கெடச்சா நிக்கலாமா?”

“தங்கம் போல நிக்கலாமே. என்ன ஜோலி வேணும் னாலும் செய்யலாம்.”

“என்ன ஜோலிண்ணு உள்ளது பொறவு தீருமானிக்கலாம். இப்போ நீ நில்லு. நாட்டுக்கும் கூட்டுக்குமெல்லாம் போறது ஆலோசிச்சு தீருமானிக்கலாம்.”

தாமோதரனை வீட்டிற்கு அழைத்துக்கொண்டு வந்த அன்று, தங்கம்மையின் தகப்பனார், முதலில் அதையொரு வேண்டாத ஏற்பாடு என்று குற்றம் சொன்னார். “காலம் முன்னமாதிரி உள்ள காலமில்லே. நீங்களானா வெளுத்ததை எல்லாம் பாலுண்ணு நெனைக்கக்கூடிய ஆளு. ஆறு நிறைஞ்ச வெள்ளமானாலும், மழை வெள்ளம் வந்தால் எல்லாம் கலந்திரும்ணுள்ளது ஞாவகம் வேணும்...” என்றார்.

“அவனெ அப்படி நம்ம வீட்டு வேலைக்காரனாயிட்டு நிறுத்த கொண்டு வரல்லே. கடவுலேயே ஒரு வேலை சரிப் படுத்தி கொடுக்கணும். அவனும் வளந்து வரக்கூடிய பையன் தானே... அதும் பத்து பதினஞ்சு வயசான நல்ல ஆண் பையன்... பின்னெ, எல்லாருக்க அப்பனும் அம்மையும் நேரா இருக்கணும்ணு இல்லியே. ஓரோருத்தங்க தலைவிதி. அதுபடி நடக்கும். ஆரும் தடுத்து வச்சதுக்கோ, இஷ்டமில்லாத துக்கோ, வரவேண்டியது வழியிலே தங்காது... நம்மைப் போலெயிண்ணு பாவம் பாத்து கூட்டிக்கிட்டு வந்தேன்.”

“நான் இப்போ குற்றம் சொன்னதல்ல. நீங்களும் கஷ்டப் படக்கூடிய ஆளு. அதினாலெ முன்னெப்பின்னெ ஆலோசிச்சு செய்யத்தான் சொன்னேன். புத்தியுள்ளவங்களுக்கு நெறைய சொல்லாண்டாம்...”

23

தாமோதரனையும் ஆற்று அன்னை, இரண்டு கைகளாலும் தன் மடியில் வாரிக்கொள்ளத்தான் செய்தாள். சின்னவனாக இருந்தாலும், எந்த ஜோலியும் செய்ய சோம்பலில்லாத சூட்டிகை. ஒழுக்கம், சுறுசுறுப்பு. யாரையும் கவரும் பணிவும் பேச்சும்... பரந்து விரிந்து அமைதியாக ஒழுகும் ஆற்றின் மடி விசாலமானது. அது பாகுபாடில்லாமல் அனைவரையும் அணைத்து மடியிலேற்றி அரவணைத்துக்கொள்கிறது.

தாமோதரன் ஈர மண் கூடையைத் தலையிலேற்றி மணல் சுமந்தான். வள்ளக்காரனுக்குக் கையாளாக இரவும் பகலும் தொண்டு வள்ளத்திலும், சரக்கு வள்ளத் திலும், மணல் வள்ளத்திலும் கடத்து வள்ளத்தில், கூட போய் வந்தான். மணல் வண்டிகளில் ஒத்தாசை செய்தான். செங்கல் சூளைமேட்டில் கல் சுமந்தான். காலம் அவனையும் ஆளாக்கிவிட்டது.

முதலில் குறைசொன்ன தங்கம்மையின் தகப்பனார் வயோதிகத் தளர்வில் படுக்கையில் விழுந்தபோது, முன்பு அங்குசாமி குடியேறியிருந்த சாய்ப்பில் குடிவந்த தாமோதரன்தான் அவருக்கு உறுதுணையாக இருந்து வந்தான். காலமெல்லாம் அடுப்படியில் நெருப்பு ஜ்வாலையில் உழன்ற குட்டன் மேஸ்திரிக்கு உடல் தளர்ந்தபோது, ரத்தவாத நோய் சரியாகப் பாதித்துக் கொண்டது. அவருக்குக் கைத்தடி உதவியதைவிட, தாமோதரன்தான் வலதுகை போல கூட இருந்து உதவினான். விடிந்தால், கைத்தாங்கலாக அழைத்துப் போய் தோட்டத்தில் விட்டுவருவான். தண்ணீர் கொண்டுவந்து கொடுப்பான். ஆற்று வேலைக்குப்

போய் வந்தபின்பு, வீட்டு வேலைகளில் தங்கம்மைக்கும் உதவியாக இருப்பான். கிணற்றிலிருந்து மண் குடத்தில் தண்ணீர் இறைத்துக்கொண்டு வருவான். கடைக்குப் போய் உப்பும் மிளகும் வாங்கி வருவான். அந்திக் கடையிலிருந்து மீன்கூட வாங்கி வருவான். பக்கத்து வீட்டுக்காரர்கள்கூட அருவருப்போடு பார்க்கும் சின்னப் பெண் பங்கியை விளையாட்டு காட்டுவான். அதைப் பள்ளிக்கூடத்தில் சேர்த்த காலத்தில் கொண்டுபோய் விட்டு வருவான். மேல்வாய் உதடும் மூக்கும் சேர்ந்துவிட்டிருந்த தினால், படிப்பு சரியாக ஏறவில்லை என்று சொல்லி, பங்கியை ஒண்ணாம் கிளாசோடு வீட்டில் நிறுத்திவிட்ட காலத்திலும் தாமோதரன்தான் அதைக் கவனித்து வந்தான். ஆற்று வேலைக்குப் போகாத நாளில் விளைதோட்டத்தில் ஆடு மேய்க்க பங்கியை அழைத்துக் கொண்டு போவான். 'முக்குவனும் பூதத்தானும்' கதை சொல்லிக் கொடுப்பான். 'ஓரம்மைக்கு பத்து மக்களு'ண்டா யிருந்த கதையைச் சங்கடச் சுவையோடு சொல்லுவான். அதில் வரும் கடைசிப் பெண், சவுந்தரியம் இல்லாதிருந்தும் அவளை ஏழுகடல் தாண்டி வந்த அதிசுந்தரனான ராஜகுமாரன் கல்யாணம் கழிச்ச காரியம் சொல்லும்போது, பங்கி தன்னை யும் அந்தப் பெண்ணாக நினைத்துக்கொள்வாள். அந்தக் கதையை தாமோதரன் எத்தனை முறை சொன்னாலும் கேட்க பங்கிக்கு அலுக்காது. தாமோதரனை, "அண்ணா, ஒரு கதை சொல்லு" என்று கேட்கமாட்டாள். "அண்ணா, அந்த சவுந்தரிய மில்லாத்த பெண்ணுக்க கதை சொல்லு..." என்றுதான் கேட்பாள். "இந்த பங்கிப் பெண்ணுக்கு பத்து மக்களுள்ள அம்மையின் கதைண்ணா உயிரு. அதிலுள்ள ஒடுக்கலத்தெ பெண்ணைப்போல இவளையும் ராஜகுமாரன் வந்து கெட்டிக்கொண்டு போவாண்ணாக்கும் இவளுக்கு விசாரம்" என்று தங்கம்மையிடம் அடிக்கடி பங்கியைப் பற்றி பரிகாசம் கொட்டுவான், தாமோதரன். "ஆட்டையும் பங்கிப் பெண்ணை யும் நீதாண்டே மேச்சு கட்டணும்..." என்பார்கள்.

காலம், குட்டன் மேஸ்திரியைத் தன்னோடு அழைத்துக் கொண்ட பின்பு, வீட்டில் பெரிய துணை இல்லாமலாகி விட்டபோது, அங்குசாமிக்கும் தங்கம்மைக்குமான தாம்பத்ய வாழ்க்கையில், இடையீடான பங்கியை தாமோதரன் பார்த்துக்கொண்டான். அங்குசாமி ஆற்றங்கரையிலிருந்து வந்ததும், உடன் வரும் தாமோதரன், பங்கியைத் தன் சாய்ப்புப் புரைக்கு அழைத்துக்கொண்டு போய்விடுவான். விளக்கு ஏற்றி வைத்து, ராமநாமம் படிக்கச் சொல்லுவான். பழைய புத்தகங்களிலிருந்து எழுத்துக்களைக் கூட்டி பாடம் படிக்கச் சொல்லுவான். ஆட்டுக்குப் பறித்துவந்த பச்சிலையை ரெண்டு பேருமாகக் கொத்தாகக் கட்டி ஆட்டின் கூட்டில் கொண்டுபோய்

தூக்குவார்கள். “பங்கிப் பெண்ணே, ரெண்டு பேரும் வந்து கஞ்சியை குடிச்சிட்டு போனா பின்ன ஜோலி தீரும்” என்று தங்கம்மை குரல் கொடுக்கும்போதுதான் மறுபடியும் அங்கே போவார்கள். இப்படி கண்ணும் கருத்துமாக இருந்தாலும், சில சமயங்களில் பங்கியால் கசப்பு உற்பத்தியாகி, சண்டை ஏற்பட்டுவிடும்.

ஆரம்ப நாளில், ஒரு பூஜை எடுப்பு திருவிழாவின்போது, பங்கியால் சிறிது கசப்பான ஒரு நிகழ்ச்சி ஏற்பட்டது,

திருவிழா பார்க்க சாலைகம்போளத்திற்குப் புறப்படும் போதே, அங்குசாமிக்கு பங்கியைக் கூட அழைத்துக்கொண்டு போவதில் விருப்பமில்லை.

“இருந்திருந்து ஒரு மன சந்தோஷத்துக்கு வேண்டி ஒரு இடத்துக்குப் போறோம். அப்போ, இந்த சனியனையும், ‘இதோ இருக்கு, எல்லோரும் பாத்துக்கிடுங்கோ’ண்ணு கூட்டிக் கொண்டு போகணுமா? அதினாலெதான், எங்கியாவது, போறதுக்கு கூடெ மனத்திருப்தி இல்லாத்தது . . .” என்று முகம் சலித்தான், அங்குசாமி.

“அதிப்போ, அவளெ இங்கே ஆருகிட்டெ விட்டிட்டு போவச் சொல்லுதியோ? ஆண்டைக்கு ஒருக்க வரக்கூடிய பூஜை எடுப்பு. தாமோதரனும் வாரான். அப்போ பின்னெ இதெ என்ன செய்யிது? தாமோதரன் அவளெ கைய்யெ பிடிச்சுக்கிடுவான் . . .”

“இந்தா தங்கம்மெ, அவனும் ஒரு சின்ன பய்யனாக்கும். அவனுக்கும் ஆள் கூட்டத்திலெ நாலு காட்சைகள் எல்லாம் காணணும்ணும், ஓடிச்சாடி நடக்கணும்ணும் தோணும். சாதாரண உள்ளப்பமே இந்த பொண்ணு கூடெ பிராணனை களையுதான். பின்னெ, இந்த மாதிரி உள்ளப்போ இதெ இளுத்துக்கொண்டு போறதுண்ணா அவனுக்கும் மனச்சங்கடம் காணும். அல்லாவிட்டாலும், அவனும் சொந்தமாயிட்டு பாடுபட்டு நாலு சக்கரம் உண்டாக்க திராணியுள்ளவன். நம்ம குடும்பத்துக்கு ஊழியம் செய்ய அவனுக்கென்ன தலையிலெ எழுத்தா . . . இதொண்ணும் அவன் சொல்லாட்டா லும் நாம அறியணும். அதுதான் மனுஷத்தனம் . . .”

“நீங்க கூட்டிக்கொண்டு வந்து நிறுத்தியிருக்கிறதினாலெ அவன் பேரிலெ உங்களுக்கு இவ்வளவு கரிசனம் காணுது. அப்போ இவளெ, நானும் நொந்து பெற்று வளத்தினதாக்கும். ஆற்றிலெ கெடந்து எடுத்திட்டு வந்ததும் மற்றும் அல்லே . . .” என்று அழ ஆரம்பித்தாள் தங்கம்மை.

“அவளெ நீ பெறல்லேண்ணு நான் சொல்லலியே. இந்த மாதிரி உள்ள ஒரெண்ணத்துக்கு நீ தள்ளையாக்கும்ணு அறிஞ்சும் உன்னெ நான் கெட்டினேன். கெட்டினதுக்கப்புறம், நிம்மதியாயிட்டு ஓரிடத்துக்கு போகவோ வரவோ இந்த குட்டி எடங்கேறாயிட்டு இருக்கக்கூடிய உண்மைச் சங்கதியைத் தான் நான் சொல்லுதேன். உள்ளதெச் சொல்லுப்போ அழுதா பற்றுமா ?”

“அது வரல்லேண்ணா நானும் வரப் பற்றாது” என்று கண்களைத் துடைத்துக்கொண்டு, நடுவறையில் ஏறிப்போனாள், தங்கம்மை.

“அண்ணே, எல்லாம் நான் கேட்டிட்டுதான் இருந்தேன். எதுக்குப் போட்டு ரெண்டு பேரும் காரியமில்லாத்த காரியத்துக்கெல்லாம் வழக்கடிக்கணும்? பங்கிப் பெண்ணு வாறது எதமோ, எதக்கெடோண்ணு நானல்லவா தீருமானிக்கணும். அவளெக் கொண்டு எனக்கு ஒரு சல்யமும் இல்லெ. எனக்கொரு உடப்பிறந்தா இருந்தா எப்பிடியோ அப்பிடியாக்கும் நான் இதெக் கணக்காக்கீட்டு உள்ளது. நம்ம எல்லாரும் பூஜை எடுப்புக்கு போகலாம். பங்கிப் பெண்ணுக்க காரியம் நீங்க அறியாண்டாம். நாலு காசுக்கெ கப்பலண்டியும், ரெண்டு காற்றாடியும் வாங்கிக் கொடுத்தா, அந்த பெண்ணு அனங்காமெ என்கூடெ நிண்ணுக்கிடும். பின்னெ, எனக்கும் அப்பிடியொண்ணும் வலிய கொதி கிடையாது. பொன்னு தம்புரான் ரதத்திலே வரக்கூடியதெ எந்தக் கூட்டத்திலெ நிண்ணாலும் காண முடியும். அது மட்டும் காணணும்ணும் தான் எனக்கு ஆக்ரகமும். அதும் இல்லாட்டா நானும் பெண்ணும் வீட்டிலெ இருந்துக்கிடுதுக்கும் தர்க்கமில்லெ. பின்னெ, அந்தப்பெண்ணும் சிணுங்கத் தொடங்கியாச்சு...”

தகப்பனார் காலமான பின்பு, அதிகமாக எங்கும் வெளியே போவதில் தங்கம்மை உற்சாகம் காட்டியதே இல்லை. முதலில் திருமணமாகி, சிறிது காலத்தில் முகங்கூட பார்க்க முடியாமல் தூரத்தொலைவில் அவன் செத்துப் போனதும், லட்சணமில்லாத பெண் குழந்தை ஒன்றுக்குத் தாயாகி விட்டபின்பு, வெகு நாட்கள் இருட்டான வாழ்க்கை வாழ்ந்து, அங்குசாமி வந்து சேர்ந்ததும், தன் ஜீவியத்தில் புதிய ஒளி பிறந்துவிட்டதாக, தங்கம்மை பெருமிதப்பட்டு கழிந்த நாட்களில்தான், அடிமரம் போல் ஆதரவாக இருந்த தந்தை திடீரென்று காலமானது. தன் வாழ்க்கையில் இனி தனக்கென்று எதுவுமே இல்லை... எல்லாமே இருள் சூழ்ந்ததாகிவிட்டது என்ற ஆதுர எண்ணம் அவளைப் பீடித்திருந்தது எனினும், அங்குசாமியின் அன்பான, இதமான கசடற்ற பழக்கம், அவளை ஒருவாறு தேற்றியிருந்தது.

தன் மகளால் அடிக்கடி தோன்றும் கசப்பு, வாழ்க்கையை அந்த எல்லை வரை பாதித்துவிடுமோ என்று அவள் பயப்படவும் செய்தாள். அங்குசாமி சின்னஞ்சிறு பருவத்தினன் அல்ல. பக்குவமான வயதினன். புதிதாக வாழ்வைத் துவங்கியிருப்பவன். அந்த வாழ்க்கையின் சுவையை எல்லா ரீதியிலும் அனுபவிக்க ஏதோ ஒரு தேவையற்ற தடை இருப்பதை அவன் விரும்பாதது இயல்பு என்பதைத் தங்கம்மை அறிந்துதான் இருந்தாள். இந்த அவல நாட்களின் ஆறுதலாக வந்தமைந்தவன், தாமோதரன்.

24

புறப்பட்டபோது ஏற்பட்ட கசப்பை எல்லாம் கழுவித் துடைத்துக்கொண்டது மாதிரி, புதிய ஆடை களும், உற்சாகமுமாக எல்லோரும் பூஜை எடுப்பு திருவிழா காணக் கிளம்பினர்.

தங்கம்மையும் அங்குசாமியும் முன்னால் நடந்து போனார்கள். தாமோதரன் பங்கியின் கையைப் பிடித்துக் கொண்டு பின்னால் நடந்தான். தாமோதரன் இப்பொழுது தான், நிக்கரைவிட்டு புதிதாக வேட்டி கட்ட ஆரம்பித் திருந்தான். போகும் வழியில் கண்ட பரிச்சயக்காரர்கள், அங்குசாமியுடன் குசலம் விசாரிப்பதுடன், தாமோதர னையும் பங்கியையும் பரிகாசம் பண்ணவும் செய்தனர். "ஆ, கொள்ளாமெடா பய்யா. இந்த சின்னப்பெண் கொஞ்சங்கூட வளரட்டும். சரியான ஜோடி ஆயிடும். இப்பமே பழக்கி எடுத்துக்கோ . . ." என்றனர். தாமோதரன் எப்பொழுதுமே வாய் விட்டு சிரிப்பதில்லை. எதற்கும் எல்லாவற்றிற்கும், முகம் நிறைந்த புன்சிரிப்பு மட்டும் தான் . . .

சாலைக்கம்போள சுற்று வட்டம் ஊர் ஜனங்களா லும் வெளியூர் ஆட்களாலும் நிறைந்து வழிந்துகொண்டி ருந்தது. பிரம்மாண்டமான கீழக்கோட்டையினுள், ஸ்ரீபத்மனாபசுவாமி ஆலயத்தின் முன் வாசலில் அமைந் துள்ள, நீண்ட விஸ்தாரமான படிக்கட்டுகள் முதல், மேற்காக விரிந்து கிடக்கும் சாலைக் கடைத்தெருவின் பெரிய பாதையெங்கும் ஜனக்கூட்டம் அலையடிக்க ஆரம்பித்திருந்தது. ஆலயத்தின் படிக்கட்டு முகட்டில் இருந்து பார்த்தபோது, எதிரே விரிந்த கடைத்தெரு வர்ணம் வர்ணமான கொடி தோரணங்களாலும், குலை வாழை

அலங்காரங்களாலும், குத்து விளக்கு நிறைநாழி ஜோடனை களாலும், அரசர் பெருமானின் பெரிய திருவுருவப் படங்களா லும், 'மன்னர் திருமேனி நீணாள் வாழட்டே...' என்ற வாழ்த்து பானர்களாலும், திவ்ய கோலாகலமாக அலங்கரிக்கப் பட்டிருந்தது. எல்லாவற்றிற்கும் மேலாக மாரிக் கால கடல் அலைகளின் திரட்சிபோல, ஜனங்கள் கும்பலாக சலசலத்துக் கொண்டிருந்தனர்.

ஒவ்வொரு ஆண்டிலும் நவராத்திரி முடிவின்போது, நாட்டை ஆண்ட மன்னர் திருமேனி, ஸ்ரீபத்மநாபசுவாமி சன்னதியிலிருந்து தமது ரத கஜ துரகபதாதி பரிவாரங்களுடன், பிரம்மாண்டமான தேரில் ஏறி, மூன்று மைல் தொலைவிலுள்ள பூஜைப்புரை மண்டபத்திற்குப் போய் நவராத்திரி பூஜையை முடித்து வைக்கும் வைபவம்தான் பூஜை எடுப்புத் திருவிழா. நாடு அடிமைத் தளையிலிருந்து விடுபட்டு சுதந்திரம் பெற்றிருந் தமையால் மன்னர் பெருமானின் இந்த ராஜரீக விழா வழக்கம் போல் ஆர்ப்பாட்ட சகிதம் நடைபெறாதென்றும், இல்லை... இந்த வருஷத்துடன் கடைசியாக நடைபெறப்போகிற தென்றும், சொல்லிக்கொண்டார்கள். வாழையடி வாழையாக நடைபெற்றுவரும் திருவிழாவை, கடைசியாகப் பார்த்து வைப்பது என்ற எண்ணத்துடன்தான் அங்குசாமியும் புறப் பட்டிருந்தான். சாதாரண நேரங்கள் என்றால் அங்குசாமிக்கு ஆள்க் கூட்டமும் அர்த்தமற்ற பரபரப்புகளும் ஒன்றும் பிடிப்பது இல்லைதான். தங்கம்மையின் தகப்பனாரும் போய் விட்ட காலகட்டத்தில், அவளுக்கும் ஒரு ஆறுதலாக அமையு மென்று அங்குசாமி நினைத்தான்.

நினைத்திருந்ததற்கு நேர்மாறாக அந்த அனுபவம் உற்சாக மும் மன மகிழ்வும் தராமல் கசப்பில் முடிவுற்றது. காரணம், பங்கி தாமோதரனின் கைப்பிடியும் தவிர்த்து கூட்டத்தில் எங்கோ காணாமல் போய்விட்டிருந்தாள்.

"இதோ, இங்கேதான் நிண்ணேன். முட்டாயி வேணும்ணு சொன்னா. திரும்பி நிண்ணு காசெடுக்கும் முன்னாலே பெண்ணெக் காணல்லே..." என்று சொல்லிவிட்டு முகம் சிவக்க, கூட்டத்தில் அங்கிங்காக அலைந்தான், தாமோதரன்.

"எங்கே போகும். வரும். இல்லாட்டி, ஆராவது இழுத்துக் கொண்டு வருவா. கிளிச்ச லட்சணத்துக்கு ஆரும் தூக்கிக் கொண்டொண்ணும் போயிரமாட்டா..." என்று, தங்கம்மையை ஒரு விளக்குக் கம்பத்தினருகில் நிறுத்திவிட்டு, எங்கும் வெள்ள மாகப் பரந்து கிடக்கும் ஆள்க் கூட்டத்தையே வெறித்துப் பார்த்துக்கொண்டிருந்தான், அங்குசாமி. எவ்வளவு உற்சாகமான

ஜனத்திரள். இதில் தனக்கு மட்டும்... எல்லாம் இந்த அவலட்சண பங்கியால்தானே?

தங்கம்மை கண் கலங்கி, வாய்விட்டு அழமாட்டாத வளாக, நிற்க முடியாமல் நின்று தவித்துக்கொண்டிருந்தாள். தாமோதரன் ஒன்றிரண்டு தரம் வந்து, "அந்த பக்கமெல்லாம் தேடியாச்சு. இல்லே" என்று கலங்கிக் கலங்கி சொல்லிவிட்டு, பின்னும் கூட்டத்தில் புகுந்து எங்கெல்லாமோ போனான்...

திருவிழா ஊர்வலம் ஆரம்பமாவதற்கு அறிகுறியாக முதலில் ஒரு ஒற்றை சாரட்டு குதிரை வண்டி, வெள்ளோட்ட மாகப் பாய்ந்தோடிப் போயிற்று. கூட்டம் இரு பகுதிகளாக ஒதுங்கியபோது, நடுவில் வெள்ளை மணல் விரித்து துப்புரவு செய்திருந்த நெடுஞ்சாலை திவ்யமாக நீண்டு கிடந்தது.

அப்பொழுதுதான் ஒரு போலீஸ்காரன், பங்கியின் கையைப் பிடித்துக்கொண்டு, தாமோதரன் பின் தொடர வந்து சேர்ந்தான்.

"ஆள்க்கூட்டத்தில் பிள்ளேரெக் கொண்டு வந்தால் கவனம் வேணம். இனியாவது கையைப் பிடிச்சுக்கொண்டு போகணும்" என்று உபதேசமும் செய்துவிட்டுப் போனான், போலீஸ்காரன். இந்த அலமரங்கலுக்குப் பிறகு, பூஜை எடுப்புத் திருவிழா பார்த்தது போலவே இல்லை. வீடு வந்து சேர்ந்த போது, போதும் போதுமென்றாகியிருந்தது.

பங்கி!

நினைக்க நினைக்க, காலில் கட்டிக்கொண்ட இரும்புச் சங்கிலிக் குண்டுபோல மனதில் கனத்தது.

25

“இந்தா பாருங்கோ, சோறு வெளம்பி வச்சிருக்கு. என்ன அப்படி ஆலோசனை ... வாருங்கோ, வந்திருந்து சாப்பிட்டிட்டு ஆலோசனையெல்லாம் ஆலோசிக்கலாம்.

“சோறா? சோறு எப்பவும் சாப்பிடக்கூடிய சோறு தானே? ஒரு நேரம் சாப்பிடாமெ இருந்தாலும்தான் இப்போ என்ன?”

“ஆமாம். வரவர உங்களுக்கு இந்த வேதாந்தமும் வெறுப்பும் கொஞ்சம் அதிகப்பட்டுதான் போச்சு. இல்லாவிட்டாலும் என்னெக் கண்டாக் கூடெ இப்பம் இப்பம் உங்களுக்கு கசக்குது ... நானும் பார்த்துக் கொண்டுதான் வாறேன் ...”

“ஆ ... தொடங்கியாச்சா? இப்போ என்ன வந்திட்டுது? சோறு வேண்டாண்ணுகூடெ சொல்லல்லே. அதுக் குள்ளெ வெறுப்புண்ணு சொல்லியாச்சு. வேதாந்தம்ணு சொல்லியாச்சு. சன்னியாஸி பரதேசிண்ணு மாத்ரம் சொல்ல பாக்கி கெடக்கு. அதுங்கூட சொல்லியாச் சுண்ணா எல்லாம் ஆச்சு. பாரு தங்கம்மே! நேரம் விடிஞ்சு, ஆறும் வெள்ளமும் மண்ணும் மணலுமாயிட்டு கொண் டாடிட்டு வாறதாக்கும். ஒரு நேரம் போல மறுநேரம் விஜாரங்க இருக்காது. காலத்தை எறங்கிப் போகும்போ சிரிச்சுகொண்டே போயிருப்பேன். அந்திக்கு வரும்போ, கொண்டுவாறது வயத்தெரிச்சலாயிருக்கும். வீட்டிலெ இருக்கிற பெண்டுகளுக்கு காரியம் தெரியாது. அவெங் களுக்கு ஆம்பிளெ வீட்டுக்கு வாறது, சாப்பிடுதுக்கும், மற்ற காரியத்துக்கும் மட்டும்ணு நினைப்பு ...”

“சொல்லிச் சொல்லி அசம்பந்தம் கொஞ்சம் கூடிப் போவுது ...” என்று நமுட்டுச் சிரிப்பை வளைத்தாள், தங்கம்மை.

"நான் ஒரு அசம்பந்தமும் சொல்லல்லே. பெண்ணு களுக்கெ மனசிலெ உள்ளதெ கொஞ்சம் பச்சையாயிட்டு சொன்னேன் . . . சரி, நீ அந்த பிஞ்ஞாணமும் சோறும் இங்கே கொண்டு வா. ரெண்டு பேரும் ஒண்ணிச்சிருந்து சாப்பிடுவோம்."

"ஆமா ஒண்ணீ, ஆசான் தலைக்கு மேலெ, இல்லாட்டா களரிக்கெ வெளியிலெ' எண்ணு சொன்ன கதைதான். அந்த பெண்ணு ஒறங்காமெ கெடக்கும். அது இந்த கூத்தெல்லாம் கண்டா அது போதும். நீங்க சாப்பிட்டு தீருங்கோ. நான் பொறவு சாப்பிட்டுக்கிடுதேன் . . ."

"ஒனக்கு ஏதெடுத்தாலும் அந்தப் பொண்ணு, ஒரு எடங்கேறு. அதெல்லாம் ஒறங்கீட்டு இப்போ பாதி ராத்ரி கழிஞ்சிருக்கும், நீ இங்கே வாண்ணு . . ."

"நமக்கிப்போ கல்யாணம் கழிஞ்சு மறுராத்திரி ஒண்ணு மில்லே. வருஷம் அஞ்சாறு ஆயிருக்கு . . ."

"எத்தரை வருஷம் ஆனாலும் தங்கம்மை நீ எனக்கு எப்பவும் புத்தன் பெண்ணுதான். அதினாலெதானே நீ இனியும் ஒண்ணு பிரசவிக்கிறதுகூட எனக்கு இஷ்டமில்லாமெ இருக்கு."

"ஆமா ஆமா. பிரசவிக்கிறதும் பெறாமெ இருக்கிறதும் நம்ம கெட்டி வச்சதுபோலதான், இப்போ. அந்த மனுஷ்யன் கூட தெகைச்சு பத்துநாள் இருந்தறிஞ்சிட்டில்லே. ஆருக்கும் வேண்டாத்த ஒரு பெண்ணைப் பெத்தாச்சு. எல்லாம் தெய்வ சங்கல்பம் . . ." தங்கம்மையின் கண்களில் நீர் நிறைவதை அங்குசாமி கவனிக்கத் தவறவில்லை.

"இனி அதிகம் பேசினா, உனக்கு கரைச்சில் வந்திரும் சரி. இங்கே பக்கத்திலெ வா . . ."

"இதெல்லாம் கேக்கும்போ இந்த ஆளுதானா கொஞ்சம் முன்னாலெ மொகத்தையும் இளுத்து வச்சுக்கிட்டு இருந்த துண்ணு தோணும் . . . அய்யே, கையிலெ தந்தா போதும், உருண்டை உருட்டி, வாயிலெ வச்சுத் தந்தாத்தான் ஆச்சா?"

"தங்கம்மே, இப்போ நீ எப்பிடி இருக்கே தெரியுமா?"

"பத்து பெற்ற தள்ளையெப் போல இருக்கேனோ?"

"சீ, அப்பிடிச் சொன்னா சொன்ன வாய்க்கு வெள்ளம் கெடைக்காது. தங்கம்மே, உண்மையைச் சொல்லு. இந்த பெண்ணை நீதான் பெற்றதா, இல்லெ. அந்த பட்டாளக்காரன் எங்கேயிருந்தாவது கொண்டு வந்து போட்டதா?"

தங்கம்மையின் பிரகாசமான முகத்தில் வேதனை படர்ந்தது.

"நான் உன்னெ வேதனிப்பிச்சிட்டேனா?" என்றவாறு அவளை வாரி அணைத்தான்.

"அய்யே, கொள்ளாமெ இது. எச்சில் கையும் அதுமா யிட்டு ... அதுதான் நான் சொன்னது. இது, நமக்கு கல்யாணம் கழிஞ்சு மறுராத்ரி அல்லைண்ணு ..."

"ஓ ... அழுத பிள்ளெ சிரிச்சுதே, கழுதைப் பாலைக் குடிச்சிதே ..."

"நல்ல பிள்ளரு விளையாட்டுதான். சோறு போருமானா கைகழுவிக்கிட்டு எந்திச்சு வரணும். பின்னெ மற்ற காரியங்கள் ..."

"சோறு போரும். ஆனா, தங்கம்மே, உன்னெ எத்தரை கண்டாலும் போரமாட்டேன்குது ... இப்ப கைகழுவ நேர மில்லெ ..."

எரிந்துகொண்டிருந்த விளக்கு சட்டென்று அணைந்தது.

"அய்யே, விளக்கை இப்படி அணைச்சா, தீப்பெட்டி எங்கே இருக்குண்ணு தேடி எடுக்கணும்னாக்கூடெ வெட்ட மில்லெ ..."

"இனி இப்போ தீப்பெட்டியும் வேண்டாம், வெளிச்சமும் வேண்டாம். நேரம் வெளுக்கட்டும். வெளிச்சம் தன்னைத் தானே வரும் ..."

தங்கம்மையின் சிரிப்பொலியும், கிசுகிசுப்பும் வெகு நேரம், இருட்டுக்குச் சிலிர்ப்பைச் சேர்த்திருந்தது.

❍

"தங்கம்மே, இண்ணைக்கு ஆற்றுக்கடவிலே, தாமோதரன் ஒரு செறுப்பக்காரி பெண்ணெ கையைக் பிடிச்சு இழுத்தான் ..."

"அய்யோ இல்லை அக்கா. அண்ணன் பரியாசமடிக்குது."

"டேய், நீ அந்த கமலாக்ஷிப் பொண்ணுக்க கைய்யெ பிடிச்சே இல்லேடா?"

"கமலாக்ஷி அக்கன் மணல் கூடையைப் பிடிச்சுவிடக் சொன்னா. குட்டைக்கெ காதெ தொட்டப்போ அவங்க கையிலெ என் வெரலு பட்டுது. அதுக்காக்கும் அண்ணன் இப்பிடி சொல்லுது. என்னத்தையண்ணா இதொக்க. அக்கன் என்னைப்பற்றி என்ன நெனைக்கமாட்டா? கொள்ளாம் அண்ணனுக்கு ஒரு பரியாசம்."

"ஒனக்க அண்ணனுக்கு இப்போ களியும் காரியத்துக்கும் நேரமும் காலமும் இல்லே. இப்பத்தான் அவங்களுக்கு செறுப்பத்துக்கெ உச்ச காலம் ... நீ போய்க்கோ. போயி, அங்கே சாய்ப்பிலெ படுத்து ஒறங்கு."

"தங்கம்மெ, நீ அவென அவ்வளவு சீக்கிரம் வெரட்டி ராதே. ஒனக்கு கதவடைச்சு படுக்க துரிசமானா சொல்லு. நான் எந்திச்சு வாறேன். அதுக்கு பாவம், பய்யன் அவனெ வெரட்டண்டாம்."

"ஒங்களுக்கு சில சமயங்களிலெ ஒரு சங்கதியும் தெரிய மாட்டேங்குது ... அவனும் பத்திருவது வயசான ஒரு பய்யனில் லையா? அவன் முன்னாலெ வச்சுதான் வீணத்தனமெல்லாம் பேசணுமா? கொள்ளாம், வந்து கெடச்ச ஒராளு ..."

"தங்கம்மே, மாடு தடிச்சாலும் பாலு கொச்சை மாறாதுண்ணு சொன்னதுபோல, தாமோதரன் நம்ம பய்யன். அவனுக்கு வயசுதான் ஆச்சே அல்லாமல், இன்னும் அவன் பொடியன் பொடியன்தான். ஒனக்கெ அருமந்த குமாரத்தியைப் போல பத்து பதினொன்று வயசு தெகையும் முந்தி ஒளிச்சு நிண்ணு பாக்கவும் கேக்கவும் ஒண்ணும் இவனுக்குத் தெரியாது."

"ஒங்களுக்கு இத்தரையல்லாம் ஆனபின்னும் பாவம், அந்த பெண்ணைக்கொண்டு ஒண்ணு சொல்லாட்டா, காரியம் தீராது."

"தங்கம், நீ என்ன நினைச்சாலும் செரி. அந்தப் பெண்ணெ, எனக்குக் கண்ணெடுத்து கண்டா பிடிக்கல்லே."

"அதுக்கு இனி இப்போ என்ன செய்ய? பெற்று விழுந்த ஒடனேயே இப்பிடியொண்ணு பின் காலத்திலெ வரும்ணு தெரிஞ்சிருந்தா கழுத்தை இறுக்கிக் கொண்ணிருக்கலாம். வாழும் பிள்ளை பேற்றுமுறியிலேயே செத்துப்போகும்ணு சொன்ன சொல்லும் பலிச்சிருக்கும். இப்போ நான் சுகப் படுவதுக்கு அந்தப் பெண்ணு சீத்தப்பேரு கேக்குது ..."

"போரும், நீ அழ ஆரம்பிச்சிட்டா மற்ற காரியமெல்லாம் தண்ணிக்கெ அடியிலெ ஆயிரும். வா, இப்பிடி ... சிரி. கொஞ்சம் சிரி" என்று அங்குசாமி, தங்கம்மையின் இடுப்பைத் தழுவுவான். கண்டும் காணாததுபோல, தாமோதரனும் இடத்தைவிட்டு நகர்ந்து போய்விடுவான்.

...எவ்வளவு வளமும் வாளிப்புமான அந்த நாட்கள்!

ஊணில், உறக்கத்தில், வேலை நடுவில், கனவில் எல்லாம், தங்கம்மை சிலிர்த்துக்கொண்டு நிறைந்திருந்த அந்தக் காலங்கள் எத்தனை மனோகரமானவை! பூவணிந்த பொற்காலம். அதைக் கனவு கண்டுகொண்டே ...

26

"என்ன மூப்பன். இருந்த வாக்கிலெ ஒறங்குதுமல்லாமல், சிரிச்சு தள்ளுதே. மூப்பரை கொஞ்சம் நேரங்கொண்டு நான் பார்த்துக்கிட்டேதான் இருக்கேன். இப்பிடி உக்காந்த வாக்கிலெ தூக்கி தட்டுதீரே . . .?"

மணல் அம்பாரத்திலிருந்து சரல் கல்லுகளையும், சகதிக் கட்டைகளையும், ஒரு சிறு பலகைத் துண்டால் நீவி நீவி பிரித்தெடுத்துக்கொண்டிருந்த, நடுத்தர வயது கூலியாள் அங்குசாமியைப் பார்த்து சிரித்தான்.

"ஆ . . . ஆருடேய், பார்கவனோ. நீ என்னைப் பார்த்து சிரிக்கக்கூடிய ஒரு காலம் ஆச்சா? போட்டும். இப்போ இப்போ எனக்கு சும்மா இருப்புத்தானே ஜோலி. கை ஒடிஞ்சு பேதமாயி வந்த பின்பு ஒண்ணும் நேரே செவ்வே – இல்லெ. காண்டிராக்டருக்கு எப்பிடியும் என்னெத் தள்ளி வீட்டிலெ அனுப்பிச்சா கொள்ளாம்ணு ஆக்ரகம். இனியும் கொஞ்ச நாளைக்குகூட பழையது போல ஆற்றிலெ எறங்கமுடியாது. கணக்கும் குறிப்பும் பார்த்துக்கொண்டு இந்த பெரை பெஞ்சுமேலெ எத்தரை நேரம் ஒரே இருப்பிலெ சும்மா இருக்க முடியும்? இருந்து இருந்து ஒறக்கம்தான் வரும். பகலிலெ ஒறங்கினா சொப்னத்துக்கு கேக்கண்டாம். நீயும் சிரிப்பே, ஒனக்கு எளச்சவனும் சிரிப்பான். போட்டும். நம்ம தாமோதரனைக் கண்டியா?"

"தாமோதரனும் உங்க மக பொண்ணுமாயிட்டு கீழக்கடவிலே தொண்டுவள்ளம் பாரம் எறக்கப் போயிருக்கு. வரவர கடவிலெ மணல் அடியிது கொறஞ்சு கொண்டே வருது . . . காலக்கேடுண்ணல்லாமெ வேறெ என்ன சொல்ல?"

"ஒரு காலக்கேடும் இல்லெ. எல்லாம் நாமளாயிட்டு காணிக்கக்கூடிய காரியங்கதான். அங்கெ, ஒழுக்குமேட்

டிலெ கரை இடிஞ்சு போவுதுண்ணு கடவு இறக்கத்திலெ கருங்கல்லு ஏறக்கி ரெண்டு சைடும் அடைச்சு செறை கெட்டியாச்சு ... இங்கே, ரெண்டு ஆறும் வந்து பதியக்கூடிய எடத்திலெ பாலம், பணிண்ணு சொல்லி வெள்ளம் எறச்சு களஞ்சு ஆழமும் குழியும் கொறச்சாச்சு. ஒழுக்கிலே வந்து சேரக்கூடிய மண்ணும் மணலும் எங்கே வந்து பதியும்? ஆறு வஞ்சகம் செய்யாது. மனுஷ்யந்தான் பரிஷ்காரம்ணு ஒவ்வொண்ணா மாற்றிமாற்றி செய்யான். அதுக்கு ஆறு என்ன செய்யும்? தினமும் பத்தும் பதினைஞ்சும் வள்ளம் மணலுகோரி எடுத்த கடவிலெ இப்போ மூணுவள்ளம் மணலுக்கு முக்குளி போட்டா, இல்லே ...”

“மூப்பரு சொல்லுது சரி. ஆனா நமக்கு, பாலமும் நல்லாக்கணும், செறையும் இடிஞ்சு பொகாத்த ரீதியிலெ கெட்டி பாதுகாக்கணும். செறை இப்பிடி, கருங்கல்லு கொண்டு கெட்டி உறப்பிக்காட்டா, ஏலா வயல் பூராவும் மழைவெள்ளம் வந்து நெறையும். மழைவெள்ளம் வந்து கேறினா ஒரு அந்தமும் இருக்காது. பின்னெ, கொய்த்து காலத்திலெ நெல்லுக்கு பதிலா வைக்கோலுதான் அறுத்தெடுக்க முடியும். அப்போ, அதுவும் வேணும், இதுவும் வேணும். இங்கே, நாளாசரியா அம்பதும் அறுபதும் ஆளுகள் நிண்ணு ஜோலி செய்தது போக, பத்தும் பதினைஞ்சும் ஆளுக, வெறும் குளிப்பு குளிச்சிட்டு தான் வாறா. மண்ணுக்கு பகரம் செளி வருது ... அதும் எத்தனை காலம் வரும்?”

“ஆமா, அதுக்கிப்போ என்னதான் செய்யணும்ங்கே? நம்ம காண்டிராக்டரு சொல்லுது போல களஞ்சிட்டு போனா, போய் என்ன செய்ய முடியும்?”

“அப்பிடி கேட்டா எப்பிடி? நம்ம ஆறன்னூர் ஏலாயிலெ தேங்காயும் மற்றும் நல்ல வெலை. நெறைச்சு சாதனமும் கெடைக்குது. ஏலாய்க்கு அஞ்சாறு மைல் சுற்றுவட்டத்து சரக்கெல்லாம் இங்கே வந்து குவியுது. பத்து வள்ளம் தேங்கா அக்கரைக்கு போவுது. தொண்டு இதுக்குப் பொறமே பாரம் பாரமா போய்க்கொண்டிருக்கு. தேங்காய்க்கு நல்ல வெலை. சிலோன் சரக்கு வரத்து இல்லையாமே ... எண்ணைக்கானா நல்ல மவுசு. குடிலுதோறும் கயிறு சுற்றக்கூடிய தொழிலு ராட்டும் காரியவுமாயிட்டு பிடிப்பது நடக்குது. நான் எதுக்கு சொல்லுதேன்னா, ஆற்றை நம்பினவனுக்கு நாசமில்லேண்ணு மூப்பரு சொன்னதுக்கு சொல்லுதேன். ஆற்றிலே மணல் தொழில் மடுத்தப்போ, கரை வாரத்திலெ, தேங்காய் வெளச்சல் கூடியிருக்கு. ஒண்ணில்லாட்டா ஒண்ணு ... பாத்தேரா மூப்பரே? மூணு வள்ளம் மணலாக்கும் இது. இதோ செளியும் சரலும் திரிஞ்சு இட்டிருக்கேன். ரெண்டு வண்டிக்கு வரும். அப்பிடி இருக்கு சங்கதி ...”

“எடேய் பார்க்கவா, நீ சொல்லக்கூடியது சரி. தேங்காய்க்கு வெலை. தொண்டுக்கும் சகிரிக்கும் வெலை. நாடு முச்சூடும் கயிற்றுத் தொழிலும் மற்றும் நல்லதாயிட்டு நடக்குது. ஆனா, அதினாலெ நமக்கென்னடா பிரயோஜனம்? நம்ம, ஆற்றிலெ முக்குளிச்சு சீலிச்சவனெ, நெட்டை தென்னையிலெ ஏறச் சொன்னா நடக்குற காரியமா? நாய்க்கெ முன்னாலெ முழுத் தேங்காயெ இட்டு பிரயோசனம்?”

சாயங்காலம், பங்கியும் தாமோதரனும் வீட்டிற்கு வந்த போதும், அவர்களுக்கும் புதிய மாறுதலும், அதன் விபரீத விளைவுகளும் பற்றித்தான் பேச விஷயமிருந்தது.

“அண்ணன் கொஞ்ச நாளு பாயிலெ கெடந்ததினாலெ, காரியங்கள் ஒண்ணும் அறிஞ்சிருக்காது. சங்கதிகள் எல்லாம் எடுத்து மறிச்சதுபோல மாறிப் போய்கெடக்கு. கடவிலே ஜோலி யிண்ணு சொன்னா, வரவர ஒண்ணுமில்லெ. காண்டிராக்டு எடுத்தவங்களுக்கு ஆற்றிலெ மண்ணு கொறஞ்சப்போ பெரிய மனம் மடிப்பு. கொமருக் காண்டிராக்டரு சொல்லுதாரு, வள்ளங்களையெல்லாம் எடுத்திட்டு, கடலிலே போய் மீன் பிடிக்க போலாமாண்ணு. ஆளுக மனஸ்திதியும் துஷிச்சுதான் போவுது. கொஞ்சம் ஒரு கொறவு வந்தப்போ, நாட்டைவிட்டு ஓடட்டாண்ணு ஆலோசனை. வாரி வாரி எடுத்தப்போ ஒரு பராதியுமில்லே. என்ன இருந்தாலும், கடவிலே இப்போ ஜோலி குறஞ்சுதான் போச்சு. இனி நாமளும் வேறே ஏதாவது பணி தேடினாத்தான் ஆச்சு. உங்க காண்டிராக்டரும், மாஞ்சும் மறிஞ்சும் இதையெல்லாம்தான் சொல்லுதாரு. நீங்க அந்த புரைக்குள்ளே இருக்கிறதினாலே அதிகம் ஒண்ணும் அறிய வழியில்லே . . .”

“இல்லெடேய், நானும் ஒவ்வொண்ணாயிட்டு அறிஞ்சிட்டு தான் வாரேன். நீயும் பெண்ணும் இண்ணைக்கு மேலைக் கரைக்கா போயிருந்தியோ?”

“ஆமா. அங்கெ போனப்போ, உங்க பெண்ணுக்கு அந்த பழைய தலைச்சுத்து சுகக்கேடு வந்திட்டுது. அங்கே எல்லாம் புதிய ஆளுகளு. இவ விழுந்து கெடந்தப்போ அவனுகளுக்கு ஒரு வல்லாய்ம போல. ‘ஏது இந்த சுகக்கேடுகாரி பெண்ணு’ண்ணு கேக்கான். தலையும் கண்ணும் சுற்றி நடக்கக்கூடிய அலவ லாதிகள் எல்லாம் வெள்ளத்திலே விழுந்து சாவதுக்கா இங்கே வரணும்ணு கேக்கான். நானா விடுவேன்? நம்ம கரை ஆளுகளும் நாலஞ்சு பேரு வந்து சேர்ந்தா. பேஷா பத்து பள்ளும் கூடெ சொல்லி, இது வல்லமேட்டு அங்குசாமி மேசிரிக்கெ மகளாக்கும்ணு நல்ல ரீதியிலெ ஒறைக்கக்கூடிய விதத்திலெ சொல்லிட்டு வந்தேன்.” தாமோதரன் காரிய வாக்கில் ஆரம்பித்து, முகம் சிவக்கச் சொல்லிக்கொண்டே வந்தான்.

"காலம் இப்போ நாம விஜாரிக்கக்கூடிய கணக்கிலும் திட்டத்திலும் ஒண்ணுமில்லே. எந்த கப்படா மீசைக்காரனுக்கெ சந்ததியானாலும், வேலைக்கு வந்தா வேலை செய்யணும். கழியாட்டா பாடே விதியேண்ணு வீட்டிலே கெடக்கணும். அதில்லாமெ, நீ அது இன்னாரு மகளாக்கும், அதாக்கும் இதாக்கும்ணு பந்தமும் மொறையும் எல்லாம் சொன்னா, நடப்பு வராது ... டேய், நம்ம கரையிலெ இண்ணைக்கு எனக்கு என்ன வெலைண்ணு உனக்குத் தெரியுமோ? போடா போண்ணு, கால் மடக்கி தள்ளுதுக்கு முன்னாலெ நம்மளா யிட்டு ஒதுங்கினா மானம் ..."

"இது கொள்ளாமெ, அப்பன் சொல்லுது. எனக்கும் கழியல் லேண்ணு நானும் பரம்பு விரிச்சு படுத்திட்டா, பின்னெ சீருதான் ..." என்று பங்கி, அடுக்களை வாசல் இருட்டு நிழலில் நின்றுகொண்டு மெதுவாகத்தான் சொன்னாள்.

"தாமோதரா, அந்த எரணம் கெட்டதெ வாயை மூடிக்கிட்டு தூரப்போகச் சொல்லு ... இவ சொல்லுது கேட்டா இவளாக் கும் இங்கே எல்லாம் நேரே நிறுத்தியிருக்கிறதுண்ணும், இவ இல்லாட்டா எல்லாம் அஸ்தமிச்சு போவும்ணுல்லா சொல்லுதா. அந்த சவத்து மூதிட்டெ சொல்லு, எந்த நாயும் எனக்காயிட்டு ஒரு சல்லிக்காசு சம்பாதிக்கவும் வேண்டாம் கஷ்டப்படவும் வேண்டாம்ணு ... இது, அந்தஸுள்ள பாண்டி ரத்தம் ஓடக்கூடிய சரீரமாக்கும். காற்று போறவரைக்கும் பாடுபட்டு தின்னும். இது எச்சி இலை தின்னும் ஜாதி இல்லேண்ணு சொல்லு ..."

"அண்ணன் இப்போ என்ன காரியத்துக்கு இப்பிடி அதை யும் இதையும் சொல்லி கோபிக்கணும்? அவ இப்போ என்ன சொல்லீட்டா ...? என்ன இருந்தாலும் அவ அப்பனாக்கும்ணு உங்க பேரிலே ஒரு மரியாதெ எல்லாம் வச்சிட்டுண்டும்."

"இப்போ எனக்கு மனசிலாச்சு. நீயும் கூட சேர்ந்துதான் இந்தப் பெண்ணைக்கொண்டு இதையெல்லாம் பேச வச்சிருக்கே. எடேய்! நல்ல ஞாபகம் வச்சிக்கோ. இத்தனை கால பழக்கத் திலெ நீ என்னைப் பற்றி மனசிலாக்கினது இவ்வளவுதான். இந்த கைய்யே ஒடிஞ்சு போனாலும், ஒற்றைக்கை கொண்டு, ஆவது வரையிலெ பாடுபடுவேன். எந்த நாயும் எனக்காயிட்டு ஒண்ணும் பண்ணண்டாம் ..."

"அண்ணன் கொஞ்சம் மன விஷமத்திலெ இருக்கும்போ, நாங்கதான் தெற்றுகாரங்களாயிட்டு பேசிட்டோம். அண்ணன் மனசிலெ ஒண்ணும் வச்சிரக்கூடாது. நான் இப்பத்தான் வந்து ஏறினேன். பெரையிலெ வெளக்கு கொளுத்தீட்டு வாறேன் ..."

தாமோதரன் கசப்பை நீடிக்க விரும்பாமல், சட்டென்று இருட்டில் இறங்கித் தன் புரைக்குப் போய்விட்டான்.

27

தனது அவலம், தன்னைச் சிறகற்ற பறவை ஆக்கி விட்டதாக மனம் நொந்தார், அங்குசாமி. பங்கி தான் சந்தித்த நாள் முதல் வெறுப்பை மட்டும் கொடுத்து வந்த அற்ப ஜீவி. கடைசியில், நோயென்று படுக்கையில் வீழ்ந்தபோது, அவளது கைக்காசுதான் தன்னைத் தேற்றி வந்திருக்கிறது. என்னதான் உதவி செய்தாலும் தாமோ தரன் அன்னியன். இவள் தான் உறவு கொண்ட பெண் ணின் மகளானதினால், தனக்குச் செய்யக் கடமைப் பட்டிருக்கிறாளோ? என்ன கடமை? அவள் பச்சாத் தாபப்பட்டு தனக்கு பரிசரணைகள் செய்திருக்கிறாள். அதை, கண்ணை மூடிக்கொண்டாவது ஏற்றுக்கொண்டா யிற்று. அந்தத் தைரியத்தில், 'நானும் வேலைக்குப் போகா விட்டால் என்ன ஆகும்?' என்று கேட்கிறாள். தனது கையாலாகாத்தனத்தை பங்கி, பழிவாங்கும் உணர்வுடன் வஞ்சம் தீர்த்துக்கொள்ளப் பார்க்கிறாளோ?

தங்கம்மே, நீ இருந்து, நான் போய்விட்டிருந்தால் இந்த அவமானம் என்னைப் பாதித்திருக்காதே. பாண்டி ரத்தமென்றெல்லாம் நிமிர்ந்து நின்ற வீறாப்பு இன்று, இந்தப் பெண்ணாலேயே, அடங்கிப் போகிறதோ?

தங்கம்மே . . .!

○

"தங்கம்மே, தங்கம்மே! நேரம் இருட்டி இத்தனை நேரமாயிட்டும் ஏன் பெரையிலெ வெளக்கு கொளுத்தி வைக்கல்லே . . .?"

ஆற்றுப் படுகையிலிருந்து அப்பொழுதுதான் திரும்பி வந்த அங்குசாமி, வாசலிலேயே நின்று உரக்கக் குரல் கொடுத்தான். பங்கி, உடன் வந்தவள், சட்டென்று உள்ளே

போய் எப்படியோ தட்டுத்தடுமாறி, நெருப்புப் பெட்டியை எடுத்து விளக்கை ஏற்றிவிட்டு உள் அறையில் வந்தபோது, தங்கம்மை பாய் விரித்துப் படுத்திருக்கிறாள். "அம்மோவ், ஏய் அம்மச்சீ ... ஏன் மோந்தி நேரத்திலே படுத்திருக்கே?" என்று கேட்டவாறு அவள், தாயின் உடம்பைத் தொட்டுப் பார்த்தாள். "இதென்ன சூடு சுடுது ... பனியா? அப்போ, அம்மைக்கு தேகம் முச்சூடும் தீயாயிட்டு கொதிக்குது" என்று வெளியே நின்ற அங்குசாமியிடம் படபடத்தவாறு வந்து சொன்னாள்.

"பனியா? தங்கம்மைக்கா?" என்று, பரபரப்பை வெளியே காட்டாமல் அவசர அவசரமாக, அழுக்கு உடைகளை மாற்றி விட்டு மாற்று வேஷ்டியை உடுத்தியவாறு அங்குசாமி உள்ளே வந்தான்.

"இதென்ன திடீர்ணு பனி? உச்சைக்கு நான் கஞ்சி குடிச் சிட்டு போவும் போது கூட சும்மாதானே இருந்தே, தங்கம்மே!" என்று, அவள் அருகில் பாயில் வந்தமர்ந்து, அவளது கலைந்த தலைமுடியை ஒதுக்கிவிட்டு, உள்ளங்கையால் நெற்றி உடம்பெல் லாம் தொட்டுத் தொட்டுப் பார்த்தான். தங்கம்மை கண்களைத் திறக்கமாட்டாதவளாக, விளக்கொளியில் கண்களைக் கூச்சப் பட்டு ஒடுக்கியவாறு, மெல்ல மெல்ல திறந்தாள். அங்குசாமியை மிரட்சியாகப் பார்த்தாள். பங்கியைப் பார்த்தாள்.

"அம்மோவ், வெள்ளம் வேணுமா ... சூடு வெள்ளம்?" என்று கேட்டாள்.

"தங்கம், எப்போ இது? மேலு நல்ல சுடுதே ... தலையை நல்ல வலிக்குதா? வல்ல வைத்தியனையும், கூப்பிட்டுட்டு வரணுமா?"

"ஒண்ணும் இப்போ வேண்டாம். நல்ல தலைவேதனையும் உண்டும். சட்டுண்ணு நிண்ணவாக்கிலெ ஒரு பனி ... கண்ணு தொறக்கமுடியல்லே ... என்ன மாயப்பனியோ? படுத்ததுதான் தெரியும், சாயங்காலமானதும் தெரியாது, இருட்டினதும் ஒண்ணும் தெரியாது. இப்பத்தான் வந்தேளா? இருட்டி ஒருபாடு நேரமாச்சா? அய்யோ, இந்த புருவம் முதல் உச்சி வரை குத்திப் பொளக்கிறது மாதிரி வலிக்குது ..."

தங்கம்மை, அரற்றிய குரலாக நிறுத்தி நிறுத்திப் பேசினாள். "சட்டியிலெ கருப்பட்டி இருக்கு. ரெண்டு நல்ல மிளகும் சதச்சிட்டு சூடாயிட்டு ஒரு பாத்ரம் வெள்ளம் குடிச்சா எதமாயிருக்கும் ... அந்த பெண்ணிட்டே சொல்லுங்கோ."

பங்கி, கேட்டுக்கொண்டிருந்தவள், "இன்னா கொண்டு வந்திட்டேன்" என்றவாறு அடுக்களைக்குள் நுழைந்தாள்.

சமீபத்தில் கொஞ்ச நாட்களாகத்தான் பங்கி, தாமோதரன் சிபார்சில், ஆற்று வேலைக்குப் போய் வந்துகொண்டிருந்தாள்.

அதுநாள் வரையில் வீட்டில் அடைந்து கிடந்து, அயல் வீட்டுப் பெண்களுடன் வார்த்தையாடுவதும், ஆடு மேய்க்க விளை யெங்கும் சுற்றி நடந்து, கண்ணில் கண்ட பூச்செடிப் பழமும் காரைமுள் பழமும் எல்லாம் பறித்துத் தின்பதும், அதில் அடிக்கடி வயிற்றுக் கடுப்பு வருவதும், அதை அறியும் போது, தங்கம்மையிடமிருந்து சரியாக வசவு வாங்குவதும் –இப்படி யாக நாள் போய்க்கொண்டிருந்தது. இந்தக் காலகட்டத்தில் திடீரென்று ஒரு நாள் பெரிய மனுஷி ஆகிவிட்டபோது, நிலைமை ஆக மாறியது. "இனி இந்த பங்கிப் பெண்ணை ஆட்டுக்க கயிறும் பிடிச்சுக்கொண்டு விளையெல்லாம் சுற்றவிட முடியாது" என்றாள் தங்கம்மை.

"அதுக்கு நானென்ன வேணும்?" நீயாச்சு, உன் பெண் ணாச்சு" என்று விலகி நின்றான், அங்குசாமி.

"என் பெண்ணுண்ணு சொல்லி அதெ, ஆட்டுக்க, கயிறும் பிடிச்சிட்டு தோட்ட விளையிலெயே அலைய விட்டிர முடியுமா?"

"ஆமா, அதுக்கு நானென்ன வேணும்னாக்கும் நீ சொல் லுதோ?" என்று அங்குசாமி எரிந்து விழுந்தபோது, தாமோதரன் முன் வந்தான்.

"பிராயமான பெண்ணையும் நிறுத்திக்கிட்டு ரெண்டுபேரும் வாயிலெ வந்ததெ எல்லாம் பேசண்டாம். ஆற்றுக்கடவிலெ, இதும் பிராயத்திலெ எத்தனையோ எண்ணம் ஜோலி எடுக்குது. பங்கியும் கூட வரட்டும். ஒண்ணுமில்லே. சும்மா வரட்டும். அங்கே, எங்க கண் பார்வை இருக்கிறதினாலே உங்க பெண்ணெ ஒருத்தனும் கொத்தீட்டு போவமாட்டான்..." என்று மெல்ல பாதை வகுத்தான், தாமோதரன்.

"ஆமா, சீரு பொருந்திப் போச்சு. இந்தப்பெண்ணை இனி ஆற்றுக்கடவிலேயும் கொண்டு நிறுத்தி, என்மகளாக்கும்ணு முத்திரை குத்தி அவமானிக்கணுமாக்கும்" என்று எதிர்த்தான், அங்குசாமி.

"உங்களுக்கு அந்தப் பெண்ணு, வீட்டிலே இருந்தா குற்றம், வெளியிலே போனாக் குற்றம்... என்ன ஆனாலும் அதுக்கும் ஒரு போக்கடி வேணுமே?" என்று, தன்னையறியாமல், தாமோதரன் யோசனைக்கு அனுகூலமாகும் விதத்தில் பேச்சு விழுந்தது, தங்கம்மையிடமிருந்து.

"அப்படியானா ஒண்ணு செய்யுடேய். ஒண்ணுமே ஆலோசிக்கண்டாம். இந்தப் பெண்ணை நீ கெட்டிக்கோ" என்று சொல்லிவிட்டு, ஓஹோவென்று வாய்விட்டுச் சிரித்தான் அங்குசாமி.

"சொந்தம் சகோதரியை ஒருத்தன் கெட்டுமானா, பங்கியை நான் கெட்டும். இத்தரையும் நாள் பங்கியை என் சொந்த சகோதரியாயிட்டுதான் நான் கருதி வந்தது. இப்போ, அது பிராயமான ஒடனே, சாடிக்கேறி அவளெக் கெட்டணுமானா, ஆடும், பட்டியும், மாடும், மனுஷனும் எல்லாம் ஒண்ணாயிப் போகும்..." தாமோதரன் மிகவும் மனக் கட்டுப்பாடுடன், தலையைக் குனிந்துகொண்டேதான் இதைச் சொன்னான்.

"தெரியுமடேய். கொஞ்சம் காண லட்சணமான பெண்ணா யிருந்தா, இந்த தத்துவமெல்லாம் ஆற்றுக்கெ மறுகரையிலெ தான் நிக்கும்..." அங்குசாமி கொஞ்சம் கடுமையாகத்தான் இதைச் சொன்னான்.

"அண்ணன் இத்தனை நாள் என்னெ கூடப்பிறப்பு போல கொண்டு நடத்திட்டும், என்னை அறிஞ்சது இவ்வளவுதானா?" 'ஓ'வென்று வாய்விட்டே அழுது விட்டான், தாமோதரன்.

சிறு பிராயத்திலேயே அவர்களுடன் வந்து, ஒன்றுடன் ஒன்று போல வாழ்ந்து, வேலை செய்து, தானுண்டு தன்பாடு உண்டு என்று அந்த ஒட்டுக் குடிசையினுள் அடங்கி வாழ்ந்த தாமோதரன், முகத்தில் ஆண்மை மிடுக்குடன் வேலை செய்து, திடகாத்திர உடம்புடன் வளர்ந்து நிற்பவன். அவன், வாய்விட்டு அழுதபோது, தங்கம்மைக்கும் அங்குசாமிக்கும் என்னமோ போல் ஆகிவிட்டது. பங்கி, பொழியப் போகும் கருமேகம் போல விம்மிதப்பட்டு நின்றுவிட்டாள்.

"தாமோதரா, சீ. இதுதானா ஆணாப்பிறந்தான் சாமர்த் தியம்? கண்ணைத் தொடச்சுக்கோ..." என்று முன்னால் வந்து, அவன் கையைப் பிடித்து ஆதுரமாகத் தடவினாள், தங்கம்மை.

ஆறுதல் சொல்கூட விழுந்தபோது, தாமோதரன் அடக்க மாட்டாதவனாக, பின்னும் விம்மினான். "அக்கா... இருந்தா லும் அண்ணன் என்னை இவ்வளவுதானே அறிஞ்சது..." என்றான், கண்ணீரைத் துடைத்தவாறே.

"அண்ணன் கரையல்லே..." என்று முழுதும் சொல்ல முடியாமல், அவன் வருத்தத்தைக் கண்டு பொறுக்கமாட்டாத வளாக பங்கியும் அழுதாள். தங்கம்மையின் கண்களிலும் நீர் நிறைந்தது.

அங்குசாமி மட்டும் குற்றமுணர்ந்த பச்சாதாபத்தில், முகத்தை எங்கே வைப்பதென்று தெரியாமல், ஈரெட்டில் தவித்தான்.

28

தங்கம்மைக்கு சாதாரணக் காய்ச்சல் தலைவலி என்றுதான் ஆரம்பத்தில் தோன்றியது. நாட்டு வைத்தியர் வந்து நாடிபிடித்துப் பார்த்து, கஷாயமும் நெற்றிக்கு பூச்சும் வேண்டுமென்று 'டாப்பு' எழுதிக்கொடுத்து விட்டுப் போனார். குறுந்தோட்டி வேரும், ஓரிலைத் தாமரையும், சுக்கும், கொடுவேலியும் எல்லாம் கஷாய மாயிற்று. தும்பை இலையும் யானைத் தந்தமும் தாய்ப் பாலில் அரைத்து நெற்றிக்கு இட்டுப் பார்த்தாயிற்று. எண்ணி ஏழாவது நாள் தங்கம்மைக்கு ஜ்வரம் இறங்கியது. ஆனால், உடம்பெல்லாம் அம்மை முத்து வார்த்திருந்தது.

தங்கம்மை படுக்கையிலேயே கிடந்தாள். அங்குசாமி அவளுக்குத் துணையாக வீட்டில் இருந்தான். பங்கியும் தாமோதரனும் ஆற்றுக்குப் போய் வந்தனர். "நீங்களும் என் பக்கத்திலேயே குந்தியிருந்து மனப்பிரயாசைப்பட வேண்டாம். பங்கியை இங்கே நிறுத்திவிட்டு நீங்க வேலைக்குப் போயிட்டு வாருங்கோ. மனசுக்கு ஒரு எதமாயிட்டு இருக்கும்" என்றாள், அவள்.

"எனக்கு மனசு கேக்க மாட்டேங்குது தங்கம். ஆற்றுக் கடவிலே போனாலும் ஒரு நாழிகை திகைச்சு எனக்கு அங்கெ நிக்க முடியாது. இங்கே நீ என்ன செய்தியோ, தேகமெல்லாம் எப்பிடி வலிக்குதோண்ணு விசாரமாயிருக்கும். அதினாலே பின்னெ, இங்கேயே இருந்திட்டா, பாத்துக்கிட்டு இருக்கோம்னு ஆசுவாசமா வது உண்டும் . . ."

"எனக்கு இது சாரமில்லெ. அஞ்சாறு முத்து, அம்மை தாயி தந்திட்டுள்ளது. நாலஞ்சு நாளோ, அஞ்செட்டு நாளோ . . . தேவி திருப்பி எடுத்துக்கொள்ளுவா . . .

சத்யமாச் சொல்லுதேன், பனி மாறினதும் இப்போ எனக்கு ஒண்ணுமே இல்லே" என்று வெளிறிப்போய் சிரிப்பாள், தங்கம்மை.

ஒருவாரம், அப்பிடியும் இப்பிடியுமாகக் கடந்த போது, தங்கம்மையின் உடம்பு முழுதும், நுனிவிரல் தொடவும் மாற்று இடமில்லாமல், சிமிழ் சிமிழாக அம்மை முத்துக்கள் நிறைந்துவிட்டன. வைத்தியர் வந்து பார்த்தார். "தேவி மகாமாயே" என்றவாறு தங்கம்மையின் மாறுதலைக் கணித்தார்.

"முகக்கட்டு நல்ல ஏறி இருக்கு. கறுப்பு முத்தாக்கும். நல்லவிதமாயிட்டு, தேவீ கோபம் இல்லாமெ எறங்கிக் கிடைக் கணும் . . ." என்று இழுத்த வாக்கில் சொன்னார்.

"வைத்தியரு இப்பிடி சொல்லீட்டா, நாங்க என்ன நினைச்சு சமாதானப்பட?" என்று குமைந்தான், அங்குசாமி.

"இதிலெ இப்போ சமாதானப்படாமெ இருக்கிறதுக்கோ, துக்கம் பூண்டு இருப்பதுக்கோ ஒண்ணுமில்லே. இதெல்லாம் தேவிக்கு ஒரு விளையாட்டு, அஞ்சாறு முத்து, வாக்கில்லாமெ, மூக்கு நுனியிலும் கண் இமை விளிம்பிலும் உண்டும். பகரு வதானாலும் அப்படி வரணும். முதலுக்கு சேதமானாலும் இந்த அடையாளந்தான். நம்ம கையிலெ ஒண்ணுமில்லெ. தேவியே சரணம்ணு பிரார்த்திச்சுக்கொண்டு இருக்க வேண்டி யது, ஆரும் இதில் துக்கப்பட்டு காரியமில்லெ. துக்கப்படவும் கூடாது . . . மகேஸ்வரீ . . ." என்று பெருமூச்சு விட்டவாறு, வாசல் படி இறங்கிப் போனார், உயரமான வைத்தியர்.

அங்குசாமிக்கு எல்லாமே மாயை என்று தோன்றியது. நினைவு வந்த பின்பு, முதன் முதலில், துக்கமென்ற பெருஞ் சுமையை இப்பொழுதுதான் அனுபவிப்பதினால், மனசு தாங்க முடியாத வேதனையில் உழன்றது, தங்கம்மையின் படுக்கை அருகிலேயே பழியாக அமர்ந்திருந்தான். ஊதுவத்தி ஏற்றி வைத்தான். இளநீர் செதுக்கி எடுத்து, அவள் வாயில் ஊற்றிப் பரிசரித்தான். வேப்பிலைக் கொத்தை வைத்து உடம்பெல்லாம் தடவித் தடவி விட்டான். "தங்கம்மே, உனக்கு ஒண்ணு மில்லையே?" என்று அடிக்கொருதரம் கேட்டான்.

"இதென்ன ஆம்பிள்ளை, இப்படி ஒண்ணும் சங்கடப் படாதீங்கோ. எனக்கு ஒண்ணுமே இல்லே. தேவி, பரிசோதிச்சு பாக்கா. அந்த ஆஞ்சனேயன் சகாயம் கொண்டு எனக்கு ஒண்ணும் வராது. நீங்க இப்பிடி தேகம் வாடி இருந்து, சுகக் கேட்டை வாங்கிக் கொள்ளக்கூடாது. நீங்களும்கூட கிடப்பிலெ ஆனா நான் இருந்து பிரயோசனமில்லே . . . சுவரை வச்சுதான் சித்திரம் வரைக்கணும். வைத்தியன்கூடச் சொன்னாரு. இது பகரும் எனமாக்கும்ணு . . ."

அங்குசாமி மௌனமாகத்தான் இருந்தான். அவனுக்கு இதற்கெல்லாம் அர்த்தம் புரியவில்லை. ஏன் இப்பிடி எல்லாம் வருகிறது? யாருக்கென்ன தீங்கு செய்தேன்? தங்கம்மையும்தான் ஒரு பூச்சிக்குக்கூட தீங்கு நினைப்பவளல்லவே . . . தோட்ட விளையிலிருந்து காற்று சோவென்று வீசுகிறது. புளிய மரங்களின் இருட்பச்சைக் கிளைகளும், மாமரங்களும், பிலா மரங்களும் எல்லாம் காற்றில் கிளைபரப்பி ஆடுகின்றன. தென்னைமட்டை ஓலைகளுக்கு ஆட்டத்தில் எவ்வளவு வேகம் . . . பீணியும், மைனையும், நாட்டுக் குருவியும், மஞ்சனாத்தி மரக்கிளைகளில் அமர்ந்து என்னவெல்லாமோ தரங்கங்களாகக் குரல் குலுக்கு கின்றன. காஞ்சிர மரத்தின் உயர்ந்த கிளையில் அமர்ந்திருந்து ஒரு அண்டங் காக்கை கர்ணகடூரமாகக் கரைகிறது. விளையின் ஏதோ மூலையில், கயிற்றில் கட்டுப்பட்டு மேயும் ஆடு எதையோ கண்டு பயந்து அலறிக் கத்துகிறது. செடிப் புதர்களிடையே சாரைப் பாம்பும் நல்ல பாம்பும் முறுக்கிப் பிணைந்துகொண்டு சண்டை போடுகின்றனவோ, என்னமோ . . . போலீஸ் லைனின் அந்தக் கருங்கல் சுவருக்கு அப்பால், வெள்ளை மதிலின் விசுவரூப அனுமார் முகம் சிரித்துக்கொண்டிருக்கிறது. வீரா வேசத்துடன் இருக்கிறதோ? பார்த்து வெகு காலம் ஆயிற்று. சுவரின் அந்த சித்திர வடிவம் சரியாக மனவட்டத்தில் தெரிய மாட்டேன் என்கிறது. அழிந்தழிந்து போகிறது. அர்த்தமற்ற ஏதெல்லாமோ உருவங்களாக உருமாறுகிறது, அழிகிறது . . . ஏனப்படி? அனுமார் கோயில். வீட்டின் எட்டிய எல்லையில் தான் இருக்கிறது. மேடேறிப் போய் சுவருக்கப்பால் நின்று பார்த்துவிட்டு வருவது மிக்க எளிதான காரியம். கிட்டத்தில், கூப்பிட்டால் கேட்கும் தூரத்தில் இருந்தும், அங்கு போக வேண்டு மென்றோ, பழைய நினைவுகளைப் புதுப்பித்துக்கொள்ள வேண்டுமென்றோ தோன்றியதில்லை. பக்கத்தில்தானே இருக் கிறது – என்ற எளிய மனப்பான்மையினாலோ? உம் . . . அதுதான் இப்பொழுது முக்கியமா?

விளையும் தோட்டமும், சுற்றமும் மரங்களும், பசுமையு மெல்லாம், முன்போல சுய அனுபவத்திற்குப் பயன்டுத்த முடியாது. தங்கம்மையின் தகப்பனார் காலமாகியபோதே, அந்த அனுபவ பாத்யதை அவருடன் அழிந்து போயிற்று. இப்பொழுது போலீஸ் வேலையாட்கள் வந்து தேங்காய் வெட்டிக்கொண்டு போகிறார் கள். மரம் விளைவுகளின் பலன்களைக் கொண்டு போகிறார்கள். குடியிருக்கும் வீட்டிற்குகூட வாடகை கொடுக்கவேண்டும் . . . காலமும் நிலையும் மாறிவிடத்தான் செய்தது.

அனைத்துமே அழிந்தழிந்து உருவாகிறதா? தங்கம்மையின் இந்த நோய்கூட எந்த மாறுதலுக்காக வந்திருக்கிறது?

உலகத்தில் எதுவுமே சாஸ்வதமல்ல. எந்த ஒன்றின் பேரிலும் அளவுகடந்த அன்பு வைக்கக்கூடாது என்று தோன்றியது. நினைவு தெரிந்த நாள் முதல்கொண்டு எதையும் வேண்டு மென்று விரும்பியதில்லை. பெற்ற தாயைக்கூட பாசத்தோடு நினைத்ததாக நினைவில்லை. வீட்டைவிட்டு வந்த பின்பு அவள் முகம் மனதில் வரவேமாட்டேன் என்கிறது. அம்மா என்பது வெறும் நினைவு. சாயல்கூட இல்லாமலாகிவிட்டது. தான், சிறு வயதில் வளர்ந்து அலைந்து கழிந்த சொந்த ஊர் என்பது இப்பொழுது இல்லவே இல்லை. தனது கடந்த காலம், சாலைக் கம்போளத்தில் வந்த பின்புள்ள கரடு முரடான வாழ்க்கை மட்டும்தான். அதற்கு முன்பு இருட்டு ... வெறும் இருட்டு மட்டும். தெரு வாழ்க்கைக்கு வந்த பின்பு வயிற்றுப் பிரச்சனை ஒன்றுதான் முக்கியமாக இருந்தது. பிறகு, வாழ்க்கையின் கரை தெளிந்து வகுத்தபோது, தங்கம்மை சிரித்துக்கொண்டு வந்து மனதில் நிறைந்தாள். உண்பதற்கு, உடுப்பதற்கு உறங்குவதற்கு உடலின் ஒவ்வொரு கணுவிற்கும் உரிமை கொண்டாடுவதற்கு, கரிசனம் காட்டுவதற்கு தங்கம்மை மானசீகமாக அன்பை ஏந்தி நின்றபோது அதுநாள் வரையில் முளைவிடாத பாசம் உருப்பெற்று வாழ்வில் எல்லாமே அவள் என்ற, தன்னை இழந்த நிலைக்கு, வளர்ந்துவிட்டது. அந்த காரணக்காரி இன்று, இப்படி ஆகிவிட்டபோது ...

அங்குசாமி நினைத்து மறுகியதுபோல் எதுவும் நிகழ்ந்து விடவில்லை. தங்கம்மை பிழைத்துக்கொண்டாள்.

“ஓய் பாண்டி அண்ணாச்சி, உமக்கு ஈஸ்வர கடாக்ஷமும் தேவி கிருபையும் வேண்டதுபோல உண்டும். இந்த மாதிரி இருபத்தியெட்டு நாள் வசூரி வந்து படுத்த கேஸ் ஒண்ணுகூட பொருக்குவிட்டு எழுந்தது கிடையாது. உம்ம பெஞ்சாதிக்கு இப்போ கொஞ்சம் குழியுள்ள தழம்புகள் மாத்திரந்தான். நாளை முப்பத்திரெண்டு. பனி, பூர்ணமாயிட்டு மாறீட்டுண்டும் ... தாராளமாயிட்டு தலைக்குக் குளிக்கலாம்” என்றார் வைத்தியர்.

தங்கம்மையின் உருவம், செதுக்கிய சிற்பத்தில் கரியேறியது போல, ஆக உருக்குலைந்திருந்தது. முகமெங்கும் சல்லடையாகக் குழிகள் விழுந்திருந்தன. மூக்கின் எடுப்பு நுனி கத்திரித்ததுபோல அரித்துப் போயிருந்தது. உடலில் தளர்வும், நோயின் பலவீனமும் இருந்தது. குலையை இழந்த மொட்டையான வாழை மரம் போல, வெறுமையாகத் தெரிந்தது. சிரிக்கும்போது, பற்களின் ஈறு அதிகமாக சிவந்திருப்பது போலவும், செயற்கையாகச் சிரிப்பது போலவும் இருந்தது.

“எந்த இழப்புகளை வேண்டுமானாலும் சகித்துக்கொள்ள லாம். தங்கம்மை உயிருடன் கிடைத்துவிட்டால் போதும்”

என்றிருந்த அங்குசாமிக்கு அவளது புதிய தோற்ற மாறுதல் பெரிய மனபாதிப்பை ஏற்படுத்தவில்லை.

தங்கம்மை தலைக்கு நீர் விட்டுக் குளித்த நாளில் அந்தச் சின்னஞ்சிறு சிறிய வீட்டில், புதிதாக ஒரு களை வந்துவிட்டது போல எல்லோர் முகத்திலும் புன்சிரிப்பு நிறைந்திருந்தது. ஆற்றிலிருந்து வந்த பங்கி, தாமோதரனை அவன் புரைக்குப் போகவிடவில்லை.

“இரி தாமோதர அண்ணா, அம்மை இண்ணைக்குத் தலைக்கு குளிச்ச நாளல்லியா, கோயிலிலிருந்து அப்பன் பாயச பிரசாதம் எல்லாம் கொண்டு வந்திட்டுண்டும். நீ காணலியா? அப்பன் இண்ணைக்கு ஆற்று மாடன் தம்பரானுக்கு வெளக்கு கொளுத்தி, தெற்றிப்பூ மாலையும் வாங்கிப்போட்டது. ஹோ ... அம்மைக்கு ஒண்ணு வந்தப்போ அப்பனுக்கெ படுதியே மாறிப்போச்சு. நீ, இரி. போயிராதே ...” என்றவாறு, அரிக்கன் விளக்கின் கரிபடிந்த கண்ணாடியைத் துணியால் துடைத்துக் கொண்டிருந்தாள் பங்கி.

“நீ ஆத்தியம் அந்த வெளக்கை தொடச்சு நல்ல பிரகாச மாயிட்டு கொளுத்தி வை. நான் இருக்கேன் ...”

“குத்துவிளக்கு சொர்ணம்போல தேய்ச்சு அந்திக்கு முன்னாலேயே பெரையிலெ கொளுத்தி வச்சாச்சு. அப்பனும் அம்மையும் வெளக்கு முன்னாலே இருந்து நாமம் ஜபிக் கிறாளோ, பேசிக்கொண்டிருக்கிறாளோ, ஒண்ணும் தெரியல்லே. குசுகுசுண்ணு பேச்சு ... புதிய பெண்ணும் மாப்பிள்ளையும் பட்டபாடுதான் ...” என்று சிரித்தாள்.

“ஹோ இவ ஒருத்தி. ஒருபாடு புதிய பெண்ணும் மாப் பிள்ளையும் கண்ட கிளவி” என்று பரிகசித்தான், தாமோதரன்.

“ஆரது திண்ணெயிலெ, எங்களெப்பற்றி பேச்செடுக்குது?” இழைந்த பலவீனமான தங்கம்மையின் குரல் உள்ளிருந்து வந்தது.

“தங்கம், உறக்கப் பேசாதே ... அவங்க சிறுப்பக்காரங்க. எதையாவது நேரம் போக்குக்கு பேசிக்கிடட்டும்” என்று அங்குசாமி மெதுவாகச் சொல்வதும் கேட்டது.

“அப்பனுக்கு அம்மை கிடப்பிலானதுக்கு பொறவு இப்பத் தான் உயிரு நேரே விழுந்திருக்கு. அம்மச்சியாவது சுகக்கேடு காரி. ஏதாவது கொடுத்தா குடிக்காமலும் திங்காமலும் இருக் கிறதெ மனசிலாக்கிக்கிடலாம். அப்பனுக்கு, ஊணும் இல்லே, உறக்கமும் இல்லே. குளிப்பும் நனைப்பும் இல்லே. அய்யோ, கிறுக்குப் புடிச்சது போலதான் ...”

“பங்கீ, அண்ணன் சுபாவம் உனக்குத் தெரியாது. அது சிநேகம் வச்சா, அந்த அற்றம் சிநேகம் கொண்டு மூச்சுமுட்ட வைக்கும். வெறுக்கிறதானா பின்னெ திரும்பிக்கூட பார்க்க மாட்டாரு.”

“இது நீ சொல்லித்தான் தெரியணுமா? என்னையும் அம்மையையும் அப்பன் கணக்காக்கீருக்குத ஒண்ணு கொண்டு மாத்திரம் இது அறியலாமெ . . .”

கோயிலிலிருந்து கொண்டு வந்திருந்த பாயசத்தை, ஒரு சிறிய இலைத் துண்டில் தாமோதரனுக்குக் கொண்டுவந்து கொடுத்தாள், பங்கி.

அந்த ஒரு நாள் அனைவருக்கும் இனிப்பு நிறைந்ததாக அமைந்தது.

மறுநாள் சாயங்காலம், வெயில் தாழ்ந்ததுமே தங்கம்மைக்கு லேசாக உடம்பு குளிரில் நடுங்குவது போல ஆட ஆரம்பித்தது.

“எனக்கு தேகத்துக்கு ஒருமாதிரி வருது. காய்ச்சல் வரும் போல தோணுது. நல்லா குளிருது . . .” என்றாள் தங்கம்மை.

“தேகம் அனங்காமல் பாயிலெ கெடந்திட்டு நேற்று குளிச்ச தல்லவா? வெயில் எறங்கின ஒடனே ஒருமாதிரி இருக்கும். ஒண்ணும் பயப்படாதே. இனி படுவதுக்கு நமக்கு ஒரு கஷ்டமும் வராது” என்று சொன்னபோதிலும், அங்குசாமிக்கு உள்ளூர பயமாகத்தான் இருந்தது.

நடு இரவில் அரைகுறை உறக்கத்திலிருந்த அங்குசாமியை யாரோ கூப்பிடுவதுபோல இருந்தது. சட்டென்று வாரிச்சுருட்டிக் கொண்டு எழுந்து, தங்கம்மை படுத்திருந்த பாயருகில் போய், “தங்கம்மே . . . தங்கம்!” என்றான். அசைவுமில்லை, பதிலுமில்லை.

இறக்கி வைத்திருந்த அரிக்கன் திரியை ஏற்றி, லைட்டை எடுத்து வந்து பார்த்தபோது, தங்கம்மையின் கதை முடிந்து போயிருந்தது, ‘தங்கம்மே’ என்று அடிவயிற்றிலிருந்து ஒரு அலறல் மட்டுந்தான் நினைவிருக்கிறது!

29

எல்லாம் முடிந்துவிட்ட பின்பு மிச்சம் இருப்பது எது? நினைத்து நினைத்துப் பார்த்தார் அங்குசாமி.

என்ன . . .?

நினைக்க நினைக்க, வெறுப்புதான் மிஞ்சி நின்றது. பார்க்கப் பார்க்க, எல்லா வெறுமையும் தனக்குமுன் பூதாகாரமாக நிற்பது தெளிவாகத் தெரிந்தது.

தங்கம்மையுடன் நடத்திய குறுகிய கால வாழ்க்கை இமைத்து முடிப்பதற்குள் முடிந்து போனதுபோலத் தோன்றியது. அந்த இமைச்சலனப் பொழுது மட்டுந்தான், இத்தனை வருட வாழ்க்கையின் அர்த்தம். அந்த இனிமை யான நாட்களை மட்டும் மனவட்டத்தில் கண்டு கொண்டு இத்தனை காலம் ஓட்டி ஆயிற்று.

இனியென்ன . . .?

"அண்ணனுக்கு இந்த கைத்தீனம் கழிஞ்சு வந்ததுக்கு பொறவு, ஒண்ணிலையும் ஒரு உற்சாகமோ, சந்தோ ஷமோ இல்லாமெ இருக்கிறதாயிட்டு, பங்கி சொல் லுதா . . ." என்று ஒரு நாள், மெல்லப் பேச்செடுத்தான், தாமோதரன்.

"டேய், இனிமெ எனக்கு செறுப்பம் திரும்பி வரக் கூடிய காலமில்லே. சாப்பிட்டு முடிஞ்சா வாழையிலை எச்சி இலை ஆயிரும். தூரத்தூக்கி எறியத்தானே வேணும். பின்னெ, சுகக்கேடு மாறத்தான் மருந்து குடிப்பா. சாகுதுக்கு ஆராவது மருந்து குடிப்பாளா? விஷம் குடிக்க முடியாது. அதினாலெ, இருக்கிற காலமத்தரை யும் இருந்துதான் தீரணும் . . ."

“ஆமா, இந்த மாதிரி எல்லாம் போச்சேண்ணுள்ள போக்கும் சடவும் எல்லாம் எதுக்குண்ணுதான் கேக்கேன் ...?

“ஒனக்கு எல்லாம் தெரியும். ஆனாலும், நீ கிண்டிக் கிண்டி கேக்கே! இனி என்னுடைய காரியமொண்ணும் அவ்வளவு பெரிசில்லே. உனக்கொரு கல்யாணமோ காரியமோ முடிச்சுக்கிட்டு, நல்ல ரீதியாயிட்டு ஜீவிக்கப் பாரு. அதுதான் இனி ஒள்ளது.”

“ஙா ஹா. அதும் அப்பிடியா? அண்ணன் கூட வந்து இத்தரையும் காலமாச்சு, தொட்டு அடுத்த சாய்ப்பிலெதான் தாமசிச்சாலும், ஒண்ணுக்குள்ளே ஒண்ணு போல ஜீவிச்சாச்சு. பங்கிப் பெண்ணு எனக்கெ ஒரு ஒடன்பிறந்தவளாக்கும். அவள் கூடெ அப்பிடியாக்கும் நான் கழிஞ்சுகூடி வாறது. தங்கம்மை அக்கன் போய் அஞ்செட்டு வருஷமாச்சு. இனி இப்போ பங்கிக்குண்ணு ஒரு காரியம் ஆகாமெ எனக்கொண்ணும் வேண்டாம்... பெண் கொமருதான் பாவம். ஆணாப் பிறந்தானெப் பற்றி ஆரும் ஒண்ணும் கேக்கமாட்டா... நொண்டி சப்பாணிக் கெல்லாம் ஆள் வரும்போ, பங்கிக்கும் ஒருத்தன் வராமலா போவான்?”

“தாமோதரா, நீ சுத்த பாவம். பச்சை வெள்ளத்தை சவைச்சுக் குடிக்கச் சொன்னா அப்படிச் செய்யக்கூடியவன். போன ஆண்டு இவளெ ஒருத்தன், சிற்றாற்றின்கரையிலிருந்து பெண்ணு பார்க்க வந்ததும், அவன் இவளெப்பற்றி துஷிச்சு சொன்னப்போ நீயும் அவனும் வழக்கு கூடினதுமெல்லாம் மறந்துபோச்சா. பழம் தானாப் பழுக்கணும், தல்லி அடிச்சு பழுப்பிக்கக் கூடாது ...”

“தானாயிட்டுதான் பழுக்கட்டேன்.”

“அப்படி தன்னாலெ பழுத்து வரக்கூடிய காலத்திலெ ஒனக்கும் என்னெப்போல நரைச்சு தொடங்கும்.”

“இதென்னண்ணா பேச்சு? நான் ஆம்பிளெ. நரைச்சாலும் மூத்தாலும் காரியமில்லெ. எப்பிடியும் பங்கிப் பெண்ணுக்கு ஒரு காரியம் பாத்து முடிச்சிட்டுதான் மற்ற காரியம்.”

“கொள்ளாம். எனக்கு அந்த பெண்ணைப் பற்றி ஒண்ணும் அறியண்டாம். அதுக்கு கொடுக்கவும் எங்கிட்டே ஒண்ணு மில்லே. அவ அம்மையும் ஒண்ணும் வச்சிட்டு போவல்லே. இப்போ வந்து, வந்து அவ ஆற்றுக்குப் போனால்தான் நானும் கஞ்சி குடிக்க முடியுது. அதை நினைக்கும்போ, இன்னும் கொஞ்சம் சங்கடம் வருது. நான் இந்த பெண்ணுக்கு ஒண்ணும் செய்ய முடியாதேண்ணுள்ள சங்கடம். நீயும் இவளுக்கு ஒண்ணும் செய்ய ஒக்காது. பின்னெ, அறிஞ்சிருந்தும் புத்திமுட்டி காரிய

மில்லே ... எனக்கானா, அம்பது வயசுக்குள்ளே இப்பிடி தள்ளாட்டம் வரும்ணு சொப்பனத்திலெகூட நினைக்கல்லே ...”

“அண்ணன் ஒண்ணு கொண்டும் பயப்படண்டாம். இந்த என் சங்கிலே துடிப்புள்ள காலம் வரையில் அண்ண னுக்கு நான் உண்டும். எல்லாம் நேரே ஆகும். அம்பது வயசெல்லாம் ஒரு வயசொண்ணுமல்லே. பழையது போல எத்தரையோ காலம் இன்னும் நீங்க ஜோலி எடுக்கத்தான் போறியோ. நம்ம கடவு மீரா சாகிப்புக்கு இப்போ என்ன வயசிருக்கும். எழுபத்தி ஏழோ மற்றோ ஆச்சாம். புள்ளிக் காரன் இப்பவும் ஆற்று வெள்ளத்திலெதான் பொழைப்பு. பின்னெ சொல்லணுமா ...?”

“ஓரோண்ணும் ஓரோ வாக்கு, மீராசாகிப்புக்கு கெட்டியவ இப்போவும் ஜீவிச்சிருக்கா. குழந்தைகுட்டி தொந்தரவு இல்லே. சட்டி நிறைய மீன் கூட்டானும், பிஞ்ஞான் நிறைய சோறும் குஷாலாயிட்டு உண்டாக்கிக் கொடுக்க வீட்டிலெ தனது ஆளிருந்தா மனசு தணுத்து நூறு வயசுவரெ வேணும்னாலும் இருக்கலாம். எனக்கு தங்கம்மை போனதோட போச்சே. அப்பவே, அறுவது கழிஞ்சதுபோல தேகம் ஆடியாச்சு ...”

“அண்ணன் இப்பிடியிண்ணு தெரிஞ்சிருந்தா ரெண்டாவது ஒரு கல்யாணம்கூட கழிச்சிருக்கலாம். இப்பிடி கெடந்து மனசு ஒடிஞ்சு மாச்சப்பட்டிருக்கவும் வேண்டாம்.”

“டேய், இதுதானே. இந்த பாண்டி மண்ணெ நீ மனசிலாக் கல்லேண்ணு சொன்னது. தங்கம்மையும் பெண்ணு, மற்ற ஜன்மங்களும் பொண்ணா? அப்படி குறுக்கு விஜாரங்கள் இருந்திருந்ததா இந்த ஆற்றுக்கடவிலேயே எத்தரை எண்ணம் கெடச்சிருக்கும். அவகூட வாழ்ந்தது, வாழ்க்கை. அதுக்குப் பொறவு எனக்கு ஒண்ணுமே இல்லை. இந்த பங்கிப் பெண்ணைக் கூட, போக்கே போண்ணு அடிச்சு களையாமெ இருக்கக் காரணம், இவ தங்கம்மைக்கு மக. அந்த ஒற்றக் காரணம்தான் ...”

– தாமோதரனும் தன்னால் முடிந்த முயற்சிகள் ஒவ்வொன் றாகச் செய்து பார்த்தான். தனக்குத் தெரிஞ்ச இடத்திலும், அக்கம் அசல், தூரம் தொலை என்று பாராமல், பங்கிக்கு ஒரு தரத்திற்காக நல்ல முயற்சி எடுத்துப் பார்த்தான்.

தெற்கே களியக்காவிளையிலிருந்து ஒரு தரம் வந்தது. ‘வேலை செய்து ஜீவிக்கக்கூடிய பொண்ணாயிருந்தால் ஸ்ரீதனம் ஒண்ணும் வேண்டாம். அவனும் கருப்பட்டிக் கச்சவடம் மற்றும் உள்ள பய்யன்தான்’ என்று சொல்லி, ஒரு தல்லாள், கறுத்து நீளமாக வளர்ந்த ஒரு நடுவயசுக்காரனை ஆற்றங் கரைக்கு கொண்டுவந்தான். மணல் கொட்டகையில் வைத்து பேச்சு வார்த்தைகள் நடந்தன. ‘பெண்ணுகாணுதுக்கு வல்லிய

சேல் உள்ளது அல்ல' என்று ஏற்கனவே சொல்லியிருந்தது. 'சேலு வச்சு என்ன செய்ய? நாலு பேரு கூட்டத்திலெ கொண்டு போனா குற்றம் சொல்லாத்த தரமாயிருக்கணும்' என்று பய்யனின் தரப்பிலும் சொல்லப்பட்டிருந்தது. என்றாலும், பங்கி வந்து நின்றபோது, பையனின் முகம் இருண்டது. "வாருங் கப்பா, போவலாம்" என்று உடனேயே அவன் எழுந்து நின்றான்.

"என்ன, ஒண்ணும் சொல்லாமே எழுந்திச்சிட்டா எப்பிடி? பெண்ணைப்பற்றி நேரத்தையே சொன்னதுதானே?" என்று தாமோதரன் எழுந்து நின்றான்.

"பெண்ணைப் பற்றித்தான் நேரத்தே சொன்னது. ஆனா இந்த மாதிரி ஈனாப் பேச்சீண்ணு சொல்லல்லே" என்று இடக்காகப் பேசினான், பய்யனின் ஆள்.

"நெட்டைக்கோலன் கறுப்பாளிக்கு, களீக்கவிளை அம்ம வீட்டிலெ பெண்ணு இருக்கானா பாத்து கெட்டிக் கொடுங்க ..." என்று சீறினான் தாமோதரன்.

"அதிகம் ஒண்ணும் பேசாண்டாம். ஆக்கும் வேண்டாத்த பெண்ணு. நல்ல சௌகர்யம். நீயே கெட்டிக்கோ ..." என்று, வந்தவர்கள் போயே போய்விட்டார்கள்.

சுமக்க வேண்டாத சுமையை, வலுவில்போய் தலையில் ஏற்றிக்கொண்டோமோ என்று தோன்றியது, தாமோதரனுக்கு.

"தாமோதர அண்ணன், என் ஒருத்தி காரணம் இந்த பாடும் குறச்சிலும் எதுக்கு படணும்? என்னெ இப்போ கெட்டிக் கொடுக்காட்டா அடுத்த மாசமே நான் பெற்று போட்டிருவேண்ணு ஒண்ணும் நிக்கலியே ..." என்று, மணலை அளைந்து அழுதாள், பங்கி.

"பங்கீ, உன் தள்ளெ முன்னாலெ வச்சு, நான் சத்யம் செய்திட்டேன். நீ என் கூடப்பிறப்பாக்கும்னிட்டு ... இன்னைக்கு தங்கம்மையக்கன் மட்டும் உயிரோடிருந்திருந்தா, செய்த சத்யம் அழிச்சிட்டேண்ணு, நானே உன்னைக் கெட்டியிருப்பேன்."

"ஆ ... அப்பிடி ஓராளுக்கு ஆசை மனதிலெ இருக்குண்ணு இப்பவல்லவா தெரியுது!" என்று அழுகையினிடையேயும் சிரித்தாள் அவள்.

"பாக்கட்டும். கடைசி அற்றம் வரைக்கும் பாக்கட்டும். முடியாட்டா நானே உன்னெக் கெட்டும் ..." என்று சொன்ன தாமோதரனின் முகத்தைப் பங்கி பார்க்க முடியவில்லை.

அவன் எழுந்து, தன் சாய்ப்பு புரை இருட்டிற்குப் போய் விட்டான்.

30

பங்கிக்கும் வாழ்க்கையைப் பற்றி ஒன்றுமே தோன்றவில்லை. தனக்காக ஒரு ஆண் பிறவி எங்காவது பிறக்காவிட்டால்கூட, தன்னை எண்ணிக் கவலைப்பட ஒரு ஜீவன், அதுவும் தடியும் தன்றேடமும் உள்ள ஒரு சிறுப்பக்காரன் இருக்கிறான் என்ற எண்ணமே அவளைப் பெரிதும் நிலையில் நிறுத்தியிருந்தது.

'பங்கிப் பெண்ணுக்கு என்ன? தாமோதரன் கூட இருக்கும் வரைக்கும் கெட்டிச்சுக் கொடுக்காவிட்டால் கூட குற்றமில்லை' என்று மறைமுகமாகவும், சில பரிகாச வேளைகளில் நேரிடையாகவும் ஆற்றுக்கடவில் வேலை செய்யும் பெண்கள் சொல்வதுண்டு.

எத்தனை கேலிப் பேச்சுகளும், கிண்டல் பரிகாசங்கள் எழுந்தாலும், பங்கி தாமோதரனைத் தன் வலது பக்கத்தில் நிறுத்தி கற்பனை செய்ததே இல்லை.

தாமோதரனுக்கு அழகும் சேலுமுள்ள ஒரு பெண், துணைவியாக வரவேண்டும். அவளை, தான் 'சேட்டத்தீ' என்று மனசு நிறைய கூப்பிட வேண்டுமென்றுதான் அவள் ஆத்மார்த்தமாக எண்ணிருந்தாள். தனக்கு ஏன் அப்பிடி தோன்றவேண்டும்? தாமோதரன்கூட, அசப்பிசகில், உன்னை நான் கெட்டினால் இந்த லோகம் ஒண்ணும் முடிஞ்சு போகாது என்று சொல்லி யிருக்கிறான். ஆனாலும் அவனைத் தனது அந்தரங்க மனவெளியில் ஏற்றி வைக்க அவளால் முடியவேயில்லை.

ஊர் உலகத்தில், தகுதியில்லாத யார் யாருக்கெல் லாமோகூட தன்னை வேண்டாதபோது, அன்புள்ளமும் நல்ல மனப்பான்மையும்கொண்ட ஒரு சுத்தாத்மாவின் வாழ்க்கையோடு தான்போய் ஒட்டி, 'அட, கையாலாகாத

வனே, உனக்குப் போயும் போயும் இந்த அவலட்சணந்தான் கிடைத்தாளா?' என்று பிறர் அவனைப் பார்த்து எள்ளுவதை அவளால் நினைத்துக்கூடப் பார்க்க முடியவில்லை. 'தாமோதரன் எனக்கு அண்ணன்' என்று மனதில் அழுத்தி அழுத்திப் பதிய வைத்திருந்தாள்.

"இந்த பங்கிப் பெண்ணுக்கு ஒரு சாமர்த்தியமில்லா. அந்த தாமோதரன் ராவும் பகலும் கூட நடக்கான். பெண்ணு நினைச்சால் நடக்காத காரியமுண்டோ?" என்று கிணத்தங் கரை வீட்டு பெரியம்மா காரியமாகத்தான் பேசுவாள்.

அந்த அம்மாள் நடுவயதுப் பருவத்திலும் கண்ணுக்கு மை எழுதியிருப்பாள். உதடு சிவக்க வெற்றிலை போட்டிருப் பாள். காது படம் நிறைய தோடு அணிந்துகொண்டு, நாக்கை சப்புக் கொட்டிக்கொட்டி பேசுவதைக் கேட்டால், வாழ்க்கை எவ்வளவு சுவையானது, எடுத்து, ருசித்துப் பார்க்க, நமக்கு தான் 'நாக்கு' இல்லையே என்று தோன்றிவிடும்.

"எங்க வீட்டுக்காரரிட்டே நான் ஒரு வாக்கு சொன்னால் போதும், மானத்திலே இருந்து அம்பிளி அம்மாவனை வேணுமானாலும் பிடிச்சுக்கொண்டு வரும். என் கண் ஒண்ணு கலங்கினா சகிக்கமாட்டாரு. கொஞ்சம் முகம் வாடினாலும் அதுக்குக் காரணம் சொல்லணும். என்ன காரணமானாலும் அது உடனே நிவர்த்தி செய்து தீரும். பின்னெ, ஒரு காரியம். நான் செறுப்பத்திலேயே இதுபோலதான். எப்பவும் சௌந்தர்யம் குறையாமெ இருப்பேன். இந்த காலத்திலெ அதுகூட வேண் டாம். துணிவும் சாமர்த்தியமும் இருக்கணும். பங்கிப் பெண்ணே, நீ ஒரு சுத்த மடயி. இந்த தாமோதரனை எல்லாம் புஷ்பம் போல மெருக்கி எடுத்திரலாம்..." என்பாள்.

எந்தக் கூற்றிற்கும் பங்கியிடம் சிரிப்புமட்டும்தான், பதில். 'சவம், சிரிச்சாக்கூடெ விளக்கு ஏற்றிக் கொண்டுதான் பார்க்கணும், லட்சணத்தை' என்று மறைமுகமாகத் திட்டுவதும் அந்த அம்மாள்தான்.

ஆற்றுக்கடவு வாழ்க்கையினால் பங்கிக்கு நிறைய பேரிடம் பழகவும் பல காரியங்கள் அறியவும் வாய்ப்பு இருந்தது. உடன் வேலை செய்யும் பெண்களில்தான் எத்தனை தினுசுகள். பார்வைக்கு கொஞ்சம் பதமாக இருப்பவள், இரண்டோ மூன்றோ புருஷன்களுடன் மாறிமாறி வாழ்ந்துவிட்டு, கையில் குழந்தையுடன், கதியற்று கூலி வேலைக்கு வந்தவளாயிருப்பாள். உடல் வாகும் வனப்பும் இருந்தால், உடன் வேலை செய்யும் யாரையாவது வசியம் பேசி சிரித்து, விரிக்கும் வலையில் விழுந்து, வயிற்றில் குழந்தையானவுடன் 'அம்போ' என்று,

கண்ணீரும் கையுமாக வந்து நிற்கும் எத்தனையோ பேர்களை யும் அவளுக்குத் தெரியும்.

இதில் மயங்கி விழுந்து கஷ்டப்படுவதெல்லாம் பெண் ஜன்மமே ஆனாலும், வீறாப்பும் பெருமையும் கொழிப்பதிலும் பொட்டை ஜன்மம் கொஞ்சமும் குறைந்ததல்ல என்பதை பங்கி அனுபவத்தால் அறிந்திருந்தாள். வீண் ஜம்பமும் சவுடா லுமே கூலிப்பெண்களைப் படுகுழிக்குத் தள்ளிவிடுவதை அவள் பலமுறை கண்டிருக்கிறாள். இதற்கெல்லாம் அப்பால், தன்னை அறவே வெறுக்கும் தனது தகப்பன் ஸ்தானத்தில் இருக்கும் ஒரு நல்ல மனிதன் கூடவே வாழ்ந்து வருவதும் பங்கிக்கு நல்ல சூழ்நிலையை வகுத்து வைத்திருந்ததையும் அவள் உணர்ந்திருந்தாள்.

தாமோதரனின் பரிசுத்தமான எண்ணமும் போக்கும், பங்கிக்குப் பெருமிதத்தைத் தந்திருந்தது. ஆற்றிலானாலும், செங்கல் சூளை வெளியிலானாலும், மண் சுமக்கும் தடத்தில் ஆனாலும், அவனுடன் வேலை செய்து, 'அண்ணா' என்று மனம் நிறைய உரிமை கொண்டாடி, வாழ்ந்து வருவதில் தனக்குள்ள அத்தனை குறைகளையும் மறந்திருந்தாள். அதனா லேயே தனக்குக் கல்யாணம் என்பது பெரிய பிரச்சனையாக அவளுக்குத் தோன்றியதே இல்லை.

"அண்ணனும் அப்பனும் கொஞ்சம் சும்மா இருந்தா போதும். எனக்கு ஒண்ணு நடக்கணும்ணு லெவி இருந்தா அது முறைபோல நடக்கும்..." என்பாள்.

31

“வருவதுபோல வரட்டும்னு சும்மா இருந்தா எப்பிடி தாமோதரா? ஒண்ணீ இந்த ஆற்றுக்கடவு சோலியை விடணும். விட்டிட்டு வேறே எங்கேயாவது குட்டை மண்ணு சுமக்கப் போவணும். அல்லாட்டா, கல்லு ஒடைக்கப் போலாம். இனி ஆற்றை மாத்திரம் நம்பி இருந்தா பட்டினி கெடந்து சாக வேண்டியதுதான்.”

“அண்ணன் என்ன வேணுமானாலும் சொல்லுங்க. ஆனா, ஆற்றை நம்பினதினாலெ நாம பட்டினி ஆயிரு வோம்ணு அறுத்து முறிச்சு சொல்லிரண்டாம். நாம, காலமும் கோலமும் கெட்டு ஆடினோம். ஓரோ காரிய மும் செய்தது பூரா நாம. நீளநெடுக்க கரை ரெண்டை யும் கருங்கல் சிறைவச்சு கெட்டினோம். மேட்டுத் திடலிலே மாடன் தட்டையை இடிச்சு பிரதிஷ்டையை ஒரு மைல் தள்ளிக் கொண்டுபோய் வச்சாச்சு. மணல் கொண்டு வந்து கொட்டி கூம்பாரம் இட்ட இடத்திலெ இப்போ லாறி ஷெட்டு வந்திருக்கு. எல்லாம் செய்தது ஆரு? நாம. வள்ளமும் தோணியுமெல்லாம் கீழப் படகைக்குப் போய்விட்டது. தொண்டும் கயிறும் சந்தை யும் எல்லாம் இப்போ அங்கே மாறியாச்சு. ஒவ்வொண்ணா சொல்லட்டா, ஒருமிச்சுச் சொல்லட்டாண்ண மாதிரி ஆகக் கொண்டும் மறிமாயம் செய்தாச்சு. சொக்கன் ஆப்பு பிடுங்கி கதையுமாச்சு . . . சங்கதிக்கெ உள்மட்டம் இப்பிடி கெடக்கும்போ பழங்கணக்கு பாத்த ஒக்குமா? நானும் ஒரு கெட்டிட காண்டிராக்டருக்குக்கூட போலா மாண்ணு பார்த்துக்கிட்டு இருக்கேன். பின்னெ, இந்த பங்கிப் பெண்ணு காரணம்தான் இங்கேயே கெடக்கேன். அக்கரையிலே செங்கல் சுள்ளையிலையாவது இப்போ வேலை கெடச்சிட்டிருக்கு. இனி இப்போ மழைக்

காலம் தொடங்கியாச்சானா தெனசரி அக்கரைக்கு போறதுக்கும் வெஷமம். வெள்ளம் வந்து சாடும்போ பாலமேறி மூணு சுத்து நடந்து சுள்ளையிலெ எறங்கணும். நீங்க சொல்லக்கூடிய மாதிரி ஓரோண்ணும் கொஞ்சம் கொஞ்சம் மாறியுந்தான் இருக்கு. சம்மதிக்கணும் . . .”

“தாமோதரன், நான் ஏதொண்ணு சொன்னாலும் ஆலோசிச்சுதான் சொல்லுவேன். ஒரு காரணமும் இல்லாமெ நம்ம காண்டிராக்டரு கொட்டகையைப் பொளிச்சிட்டு, ராய்க்கு ராமானம் போனாரு . . . கை கழியாதவன்னு கெடச்சிட்டிருந்த மாசப்படியும் போச்சு. இப்போ நீ சொன்னமாதிரி இந்த சவம் பங்கி ஒண்ணுதான் எடங்கேறு. இல்லாட்டி நானும் வந்த வாக்கிலெ போவேன் . . .”

“அண்ணன் இதென்ன வர்த்தமானம் சொல்லுதியோ? பங்கிப் பெண்ணுக்கு எப்பிடியும் நான் ஒரு வழி கண்டுபிடிப்பேன். அண்ணன் அதைப்பற்றி ஒரு விஜாரமும் இனி பெடாண்டாம். ஒள்ளதெ குடிச்சிட்டு கொஞ்சகாலம், வீடே பாடேண்ணு இருங்க. அதுக்குள்ளே வேறெ ஏதாவது ஒரு சங்கதி வந்து குடுங்கும். காற்றுமாறி வீசும்போ, பாய் வள்ளம் போக்கும் மாறும் . . .”

அங்குசாமி நோய்வாய்ப்பட்டு இருந்த போதாவது, வீட்டில் இருந்ததற்கு அப்படி ஒரு காரணம் இருந்தது. அதுகூட கயிற்றில் கட்டிப் போட்டதுபோலதான் இருந்தது. இப்பொழுது இனி ஒன்றுமில்லை என்ற ஒரு காலமும், வெறுமையும் . . .

இருந்த இடத்திலேயே இருந்து, தேய்ந்துபோனதையும், மாய்ந்து போனதையும் நினைத்துக்கொண்டிருப்பதிலும் அர்த்தமே இல்லையென்று தோன்றியது, எதையாவது செய்யணும், செய்யணும் என்று மனது அடித்துக்கொண்டாலும், செய்ய இறங்கும்போது தனது இயலாமையும் பலவீனமும் பளிச்சிடுகிறது. அது பலமுறை அனுபவப்பட்ட ஏமாற்றம்.

வீட்டிலேயே சும்மா இருந்து அலுத்தபோது, வெறுமனே ஒரு முறை கடைத்தெருப் பக்கம் போய்விட்டு வரலாமென்று, சாலைக் கடைத்தெருப் பக்கம் இறங்கி நடந்தபோது, முன் அறிமுகக்காரர்களும் தெரிந்தவர்களுமாக குசலம் விசாரிக்க நிறையபேர் இருந்தார்கள்.

“ஆரு, பழைய அங்குசாமியா? ஆளு நரையெல்லாம் விழுந்து கெழவனாயாச்சே? கையிலெ என்ன ஒரு ஏந்தல்? வாதமா? . . . ஆ, பிராயமும் கொஞ்சம் ஆயாச்சே. இனி வீடே பாடேண்ணு ஒதுங்கி இருப்பதுதான் நல்லது . . .”

இப்படி தீர்ப்பு சொன்னவர்கள்தான் அதிகம்.

"அங்குசாமி பழைய ஆள் அல்லவா? இந்த மூட்டையை ஒண்ணு ஒரு கை வச்சுத் தூக்கி விட்டிருமே..." என்று ஒரு சோதனை.

மூட்டையில் கைவைத்தபோது, அதைத் தான் அசைக்கக் கூட முடியாதென்ற உண்மை தெரிய வந்தது.

"அவரு வயசாளி. அவருட்டே போய், கட்டிச் சாக்கெ தூக்கிவிடச் சொன்னா, காரியம் நடக்குமா? அதெல்லாம் அந்தக் காலம்" என்ற சிரிப்பு.

அந்தக் காலம்போல் எதுவுமில்லை. சாலைக் கடைத் தெருகூட மாறித்தான் போய்விட்டது. தலை நிமிர்ந்து நடந்தால் இடித்துவிடுமளவிற்கு தாழ்வான ஓட்டுக் கூரைகளும் சரவிளக்குத் தொங்கல்களும் இப்போது இல்லை. எலக்ட்ரிக் குழல் விளக்குகளும் சிமின்டு மட்டுப்பா கடை வரிசைகளும் வந்தாயிற்று. வர்ணம் வர்ணமாக, எழுத்து எழுத்தாக விளம்பர போர்டுகள். நிறைய பிரயாணிகளை ஏற்றிக்கொண்டு, அங்கும் இங்கும் போய்வரும் அரசாங்க வகை சிகப்புநிற டிரான்ஸ் போர்ட் பஸ்கள். வள்ளக்கடவு கிட்டங்கித் துறையிலிருந்து வரிசை வரிசையாக வந்து நிற்கும் காளைமாட்டு வண்டிகள் போய், பெரிய லாறிகளில் மூட்டைகள் வந்து இறங்குகின்றன. சிறிய, அழகழகான கார்களில், சாரியும் சில்க்கும் அணிந்த பெண்களும் ஆண்களும். பழைய முண்டு துவர்த்து நாகரிகமே அபூர்வமாகிவிட்டிருந்தது.

வீட்டில் அடைந்து கிடக்கும்போதுகூட ஒவ்வொன்றையும் உற்றுப் பார்த்து, மாறுதலைக் கணிக்கக் கணிக்க, மாளமாட்டேன் என்கிறது.

விளைத் தோட்டமும், மரங்களும் செடிகளும் புதர்களுமான அந்தப் பச்சைப் பசுமை இன்றில்லை. போலீஸ் காம்பு சுவருக்கப்பாலிருந்த பெரிய உலர்ந்த மரங்களையெல்லாம் முறித்துக்கொண்டு போய்விட்டார்கள். அனுமார் கோயில் வெள்ளைச் சுவரில், இப்பொழுது வெயில் வெளீரென்று கொளுத்துகிறது. விளையில் மரங்களும் புதர்களும் அற்ற வெட்டவெளிப் பாழில் வெயிலின் வெறுமை விரிந்து கிடக்கிறது. பரந்த அந்தப் பாழ்வெளியில் புதிய போலீஸ் பயிற்சி காலேஜ் பெரிதாகக் கட்டப்போவதாகக் கொஞ்ச காலமாகவே சொல்லிக்கொண்டிருக்கிறார்கள். காலேஜ் வரும்போது, குடியிருக்கும் இந்த வீடும், தாமோதரனின் சாய்ப்பு அறையும் எல்லாம் போய்விடும்.

அப்படி எல்லாம் போய், ஒன்றுமற்ற ஒரு அந்தர நிலை வந்தால்கூட நன்றாக இருக்கும். வரட்டும். எது வேண்டுமானாலும் வரட்டும். எது வந்தாலும் வராவிட்டாலும்

தன்னைத் தவிர, சுற்றம் முழுதுமே அப்படி அப்படியேதான் இருக்கப்போகிறது. தன்னைத் தவிர மற்றவர் யாருக்கும் எவ்வித மாறுதலும் இல்லை. சோர்வும் இயலாமையும் இல்லை. எல்லோரும் வேலைக்குப் போகிறார்கள். வேர்க்க விறுவிறுக்க உழைக்கிறார்கள். பணம் சிலவழிக்கிறார்கள். சிரித்துப் பேசிக் கலகலக்கிறார்கள். சாப்பிடுகிறார்கள். சுகிக்கிறார்கள். நிம்மதி யாகக் குறட்டைவிட்டுத் தூங்குகிறார்கள்.

உள்ளே பங்கி நிம்மதியாக உறங்கிக்கொண்டுதான் இருக் கிறாள். சாயங்காலம், அவளும் தாமோதரனும் வேலை முடிந்து வந்த பின்பு, தாமோதரன் தன் சாய்ப்பு அறையில் போய் உடை மாற்றி, எண்ணெய் பளபளக்க தலை சீவிக்கொண்டு வந்தான். அங்குசாமியிடம் அமர்ந்து வளமைகள் பேசினான். உள்ளே பங்கி, அடுக்களையில் கஞ்சி வைத்துக்கொண்டிருந்த வளும் அடிக்கடி வந்து தாமோதரன் பேச்சுக்கு முட்டுக் கொடுத்தாள். கஞ்சி கொதிக்கும்போது, புகையோடு கலந்து வரும் மணம் வந்தது. விறகு எரியும் புகையிலும் ஒரு கமறல் இருந்தது. இருமவேண்டும் போலிருந்தும் அங்குசாமி மூக்கைச் சீற்றி இருமலை அடக்கிக்கொண்டு, ஒரு பீடியை தாமோதர னிடமிருந்து வாங்கி, தீப்பெட்டி உரைத்து, பற்றவைத்துப் புகைக்க ஆரம்பித்தார்.

“அண்ணே, இண்ணைக்கு நாங்க என்ன வேலை செய் தோம்ணு நினைக்கிறீயோ? பங்கி ஏதாவது சொன்னாளா?” என்று ஆரம்பித்தான், தாமோதரன். இப்பொழுதெல்லாம் வழக்கமாக இந்த மாதிரி ஏதாவது புதிய செய்தி சொல்லக் கிடக்கும்.

“இண்ணைக்கு விடியக் காலமேயே போனோமா. அங்கே போனா, ஒரு வள்ளம்கூட கடவிலெ இல்லே. மணலு வாங்க ஒரு மாட்டு வண்டியோ லாறியோ ஒண்ணுகூட கிடையாது. அக்கரை சுள்ளைக்குப் போனா அங்கியும் சுள்ளை வெந்து தீரல்லை. சூளை பொளிக்க இன்னும் ரெண்டு நாளாகும்ணு சொன்னான் புஷ்கரன் காண்டிராக்டு. சரி, இண்ணைக்கும் முந்தாநாள் போல வெறுங்கையோட திரும்ப வேண்டியது தான்ணு இருக்கும்போ, பத்து கடவம் மரச்சீனி பெரிய ஏலாயி லிருந்து வந்திருக்கு. ஆற்றைக் கடக்கணும். தலைச் சுமடா யிட்டு கரகுளத்துக்கு வரணும்னா, கூலியும் மெனக்கேடும், அலைச்சலும் கூடடுதலாகும்ணு கணக்காக்கி, வள்ளத்திலே ஏற்றிக்கொண்டு கரகுளம் கரையிலெ எறக்கித் தரலாமாண்ணு கேட்டான். சம்மதிச்சோம். எப்பிடி சம்மதிச்சோம்? கடவம் ஒண்ணுக்கு ஒண்ணேகால் ரூபா கூலி. சொமந்து, கொச்சப்பி பணிக்கருக்கெ வள்ளத்திலே ஏத்தினோம். உச்சை ஆவதுக்கு

முந்தி கரகுளம் கரையிலே கடவங்களெ எறக்கியாச்சு. ரூபா பந்திரெண்டு எண்ணி வாங்கினோம். பணிக்கருக்கு, வள்ளக்கூலி ஒண்ணரை ரூபா கையிலெ கொடுத்தோம். மீதி பத்தரை ரூபாயும், அவிச்சுத் திங்க கொஞ்சம் மரச்சீனியும். ரெண்டு நாளத்தெ பாடு கழியுமே. இப்பிடி எத்தரை நாளைக்கிங்கர காரியம் கெடக்கட்டும் . . . நமக்கு அளந்த படி, நமக்கு கெடைக்கும் . . .”

"அந்த மரச்சீனி ஒரு காயிக்குக் கொள்ளாது. வந்த நேரத்திலேயே துண்டம் வெட்டி அடுப்பிலெ போட்டு இன்னும் வேவமாட்டேங்குது . . .” என்றாள், பங்கி.

– எல்லாம் அதனதன் போக்கில் நடக்கிறது. அப்படியென்றால், குறையும் இயலாமையும் எங்கே? எல்லாமே தனது மனவெளியில், கரி படர்ந்த கண்ணாடி போல ஆழப் பதிந்து விட்டதை எண்ணி, உறக்கம் வராமல் படுத்துக்கொண்டிருந்தார், அங்குசாமி.

எங்கோ நாய் குலைக்கிறது. போலீஸ் வளப்பிற்கு அப்பால், அனுமார் கோயில் சுற்று வட்டத்திலிருந்து நிறைய வெளவால்கள், கிரீச், கிரீச் சண்டை இடுகின்றன. அங்கே இன்னும் ஒரு புன்னை மரம் மிச்சம் நிற்கிறது.

தங்கம்மையும் தானும் ஒரு அர்த்தராத்ரியில் அந்தப் புன்னைமரச் சுவட்டில் . . . சீ, எதுக்கு இந்தப் பழசும், வேதனையும் எல்லாம் சிந்திக்க வேண்டும்?

உறக்கம்தான் வரவில்லை.

32

இடவம், மிதுன மாசத்தில் ஆரம்பிக்க வேண்டிய மழை, கர்க்கடக மாசம் பிற்பகுதியில்தான் தொடங்கியது. துவக்கத்தில் மழைக் காலத்தைப்பற்றி அவ்வளவு தூரம் எதிர்பார்க்கவே இல்லை.

மெல்ல கருக்கிட்டு, கொஞ்சம் உதிர்ந்த தூறலாக நனைத்துவிட்டுப்போய், வெயிலுக்குக் கொஞ்சம் கண்ணாடித் தூறல் உதிர்த்துக் காட்டி நின்று, சிணுங்கி, சுருட்டிக்கொண்டு இரண்டு நாளைக்கெல்லாம் காணாமலே போய் இருந்துவிட்டு, வானத்தை ஒரு மேகத் தூசுகூட இல்லாமல் சுத்த நீலமாக வடித்து, மயங்கி, ஒரு அந்திப் பொழுதில் 'சோ'வென்று கும்மிருட்டுக் கருக்கலாகக் கருக்கட்டி வந்து இரைச்சல் ஓசையுடன் பொழிய ஆரம்பித்தது.

இரவெல்லாம் அதிர்ந்து கொட்டியது. விடிந்த பகலில் கொஞ்சம் இடைவிட்டு ஆற்றிவிட்டு, பின்னும், கிழக்கும் மேற்கும் ஈசான மூலைக்கும் மேகத் தொட்டிலிட்டு அதிரப் பொழிய ஆரம்பித்தது. கொட்ட ஆரம்பித்தது. கொட்டி கரைத்தடிக்க ஆரம்பித்தது. விடிவுமில்லை, அணைவுமில்லை, இருட்டுமில்லை, பகலுமில்லை என்ற திமிர்ப்பில், கொட்டோவென்று கொட்டிக்கொண்டே இருந்தது.

ஊரும் வெளியும் பாதைகளும் ஆறாகியபோது, வல்லமேட்டு சங்கமத்துறை, திமிர்கொண்ட வேழம் போல பொங்கிப் பிரவகித்தது. வழிந்து திரட்டி உருட்டி கரைந்து நுரைத்த வேகத்தில் கரையும் சுற்றமும் ஆறாகி, வெள்ளமே எல்லாமாகிக் கலங்கித் திரண்டு ஓடியது.

பசேலென்ற மரங்களும், அகந்தையால் உயர்ந்த தென்னைகளும் எல்லாம், முட்டாக்கோடு நனைந்த

கோஷாப் பெண்களைப்போல குனிந்து நின்றன. நனைந்த கோழிகள் போல, குடிசைகள் ஓலைகள் சிதறக் காட்சி தந்தன.

“தாமோதரா, என்னடேய் இது? அந்திய காலம் முடிவிப் போச்சா? மழை பேய்ப்பய மழையால்லா கொட்டுது. நம்ம வீட்டு வடக்கே பெரை முச்சூடும் ஒழுகி, வீடு பூரா கொளம் போல ஆயிப்போச்சு. கும்ப மாசமே ஓலை கெட்டீரணம்னு பாத்தேன். கைக்கு, நீக்கம்பு வந்து தொலஞ்சது. ஒரு காரி யத்தைச் செய்யமுடியிதா. எல்லாம் நிண்ணது நிண்ணபடிக் கும், கெடந்தது கெடந்தபடிக்கும் ஆயிப்போச்சே . . .”

“இப்போ இனி அதையும் இதையும் சொல்லி காரிய மென்ன? மழை வெறிச்சு கெடச்சாத்தான் ஓலைகெட்ட முடியும். ஓலை கெட்டுது இருக்கட்டும். நேராம் மட்டம் கஞ்சி குடிச்சிட்டல்லவா மற்ற காரியம்? . . . பங்கி என்ன செய்யிது? கஞ்சியோ கூட்டானோ வல்லதும் ஆக்கினாளா?”

“கேளு. நீதான் கூப்பிட்டு கேளு” என்றார் அங்குசாமி.

தாமோதரன் உள்ளே போனபோது, பங்கி அடுக்களையுள் ஒழுகி வடியும் சுவர் பக்கத்தில், மண்பாத்திரம் ஒன்றை வைத்து தண்ணீரைத் தேக்குவதும், பின் வாசலில் கொண்டுபோய் கொட்டுவதுமாக இருந்தாள்.

அவளது முண்டும் ஜம்பரும் உடம்பும் எல்லாம் தெப்ப மாக நனைந்து போயிருந்தது.

“கொள்ளாமெ பணி. வீட்டுக்குள்ளே நிண்ணாலும், ஆற்றிலெ முங்கி மணலு கோரக்கூடிய தொழிலு மறந்து போகக் கூடாதுண்ணு, தேகமெல்லாம் நனைச்சு வாரிக்கிட்டு நிக்கியா?”

பங்கி சட்டென்று திரும்பிப் பார்த்தபோது, தாமோதரன் கைலி முண்டு மடிச்சு கட்டிக்கொண்டு, வெள்ளை முண்டா பனியனும் தலைக்கட்டுமாக அடுக்களை வாசல் படியில் நின்று சிரிக்கிறான்.

“அண்ணன் வந்து ஒரு பாடு நேரமாச்சா? அங்கெ உன் பெரையெல்லாம் எப்பிடி இருக்கு? ஒழுக்கு உண்டுமா?”

“அங்கே இருக்கமுடியாமெதானே இங்கே வந்தேன். வந்தப்பம் இங்கெயும் சீருதான். இப்பிடி இனி ரெண்டு நாளுகூட மழை நிண்ணா, நம்மளும் ஆற்றங்கரை ஏலாவாசி களைப்போல பள்ளிக்கூடங்களிலெ போய் குடியேற வேண்டி யதுதான் . . .”

“அப்பிடி குடியேறீட்டாகூட குற்றமில்லெ. உள்ள கஞ்சியாவது கிடைக்கும். குடிச்சிட்டு பாடே விதியேண்ணு கெடக்கலாம்.”

“அப்பிடி இப்போ தர்மக் கஞ்சி குடிக்கணும்ணு ஒருத்தரு தலையிலேயும் எழுதீட்டில்லே ...”

“தலையிலே எழுத்தெ ஆருகண்டா? இங்கெயும் கஞ்சி வச்சு ரெண்டு நாளாவுது.”

“நேத்தைக்கு கேட்டப்போ, அண்ணன், கஞ்சி வச்சாச்சு, குடிச்சாச்சுண்ணல்லவா சொன்னது.”

“அதெப்பிடீ? அப்பன் கைகொண்டு நாலு காசு கொண்டு வந்து மாசக்கணக்காச்சு. பின்னெ, நீயும் நானும் ஒண்டாக்கிக் கொண்டுவரக் கூடிய காசுதானே? அது இப்போ, வேலைக்கு எறங்கி இண்ணைக்கு அஞ்சாச்சு. கணக்கு பாரேன் ...”

“அதுக்காயிட்டு ஆரும் தர்மக் கஞ்சிக்கு கொதிச்சுக் கெடக்காண்டாம். நான் ஒண்ணு வெளியிலெ போயிட்டு வருதேன்” என்று, சட்டென்று திரும்பி நடந்தான், தாமோதரன்.

“கொஞ்சமொண்ணு தூற்றல் மாறீட்டு போனாப் போராதா, அண்ணா? கொடைகூட இல்லெ. ஒரு தொப்பிக் கொடை ஒண்டாயிருந்ததும் கீறிப் பறிஞ்சு போச்சு ...”

“மழை வெறிச்சு நனையாமெ போகணும்ணு நினைச்சா, மூணு பேரும் முழுப் பட்டினி கெடக்கவேண்டியது தான் ...” என்று அங்குசாமிக்கும் கேட்கும்படியாகச் சொல்லிவிட்டு, சகதி வெள்ளமாகக் கிடந்த முற்றத்து செம்மண்பாதையில் தண்ணீரைக் காலால் எட்டித் தெறிக்கவிட்டுக்கொண்டே, தலைப்பாகையை இறுக்கிக் கட்டி நடந்து போனான், தாமோதரன்.

அங்குசாமியின் ஆற்று வாழ்க்கை அனுபவத்தில் எத்தனையோ மழைக் காலங்கள் வந்ததுண்டு. அப்போதெல்லாம் இல்லாதபடியாக இந்தக் கார்காலம் அதிபயங்கரமாக இருந்தது. விடிந்ததிலிருந்து, சோர்ந்து போய் படுக்கப்போகும் வரையில், உறக்கத்தில், எழுந்து பார்த்தால், ‘சோ’வென்று கூரை மேலும், மரங்களின் அடர்த்தியிலும், கொட்டிக்கொண்டே இருக்கும் மழை. இப்படி ஒரு மழையா?

“ஓய், அண்ணாச்சி. இதென்னவேய் மழை! நூற்றி எட்டிலே இப்பிடி ஒரு மழையும் வெள்ளப் பொக்கமும் வந்தப்போதான், நம்ம கிள்ளியாற்றுப் பாலம் இடிஞ்சு விழுந்தது. இது, அதிலும் நிக்காதுபோல அல்லா இருக்கு ... இண்ணைக்கு ஆறு நாளாச்சு வேய், வீட்டுக் கூரைக்குள்ளே இருந்து வெளியே எறங்கி. இண்ணைக்கு எப்பிடியும் வெளியிலெ எறங்கிப் பாத்திரணும்ணு ரெண்டும் கருதித்தான் எறங்கினேன். நம்ம கடவும் ஆறுமெல்லாம் எப்பிடி கெடக்குண்ணு போய்ப் பாத்தீரா? அய்யோ வெள்ளமேது கரையேதுண்ணு கண்டு

பிடிக்கணுமானா முக்குளி இடணும். பாலம் முட்ட இனி ஒரு முழ தண்ணி போரும்..."

குளிரில் நடுங்கியவாறே வந்து ஏறிய முதியவர் மீரா சாகிப்பு உடையெல்லாம் நனைந்துபோய், வெலவெலத்துப் போயிருந்தார்.

"சாயிப்பே... நீரு ஏன் இந்த தணுப்பிலெயும் மழையிலையும் எறங்கி நடக்கேரு. உம்ம வீட்டுக்காரி உம்மளெ எப்பிடி வேய் வெளியிலெ விட்டா?" என்று சிரித்தார் அங்குசாமி.

"வீட்டுக்காரி சொல்லுவதையும் கேட்டு வீட்டிலேயே குத்தவச்சு இருந்தா கஞ்சிக்கு அரிசி வாங்கணுமே..."

"ஆமா, இந்த அறமழையிலெ நீரு அரிசி வாங்கணுமானா கோட்டாற்றிலெதான் பேணும்."

"உமக்கென்னவேய், பென்ஷன் பற்றின மூத்த பிள்ளெபோல வீட்டிலெ இருந்தா மதி. பெண்ணும் செறுக்கனும் குறவு வைக்கமாட்டா. கொடுத்து வச்ச ஆசாமி..."

"ஓய் சாயிப்பே, அந்த இதையொண்ணும் சொல்லாதியும், இங்கெயும் கஞ்சி வச்சு மூணு நாளாச்சு. செறுக்கனும் பெண்ணும் இருந்தாலும், தேங்கா வெட்டியா கொண்டு வாறான். ஆற்றுக்கடவிலெ போனாத்தானே வேய், நமக்கு அடுப்பிலெ ஒலை ஏறும்..."

புனலும் மணலும்

33

மழை. எல்லாவற்றையும் நிர்மூலமாக்கிவிட்டு, 'இனி கொஞ்சம் விட்டுத்தான் பார்ப்போமே' என்ற மட்டில் சாரலாகச் சிணுங்கிக்கொண்டிருந்தது. ஆற்றுப் படுகை, சீழ் கட்டிய ரணம்போல அலங்கோலப்பட்டுக் கிடந்தது. சுற்றுவட்ட வயல்களில், வெள்ளம் சமுத்ரம் போல கண்ணெட்டிய தொலைவரை பரந்து கிடக்கிறது. செங்கல் சூளை ஓரத்து உயர்ந்த அயணி மரத்தின் கிளைகளில், நனைந்த சிறகுகளை உதறிக்கொண்டும் அலகால் கிளறிக்கொண்டும் காக்காய் கூட்டமொன்று வரிசையிட்டு அமர்ந்திருந்து கத்திக்கொண்டிருந்தது. சூளை மண் கட்டிகளிடையே ஈரச் சகதியில் ஒரு காகம் மல்லாந்து சிறகு குலைய செத்துக்கிடக்கிறது. தூங்கு மூஞ்சி மரம் ஒரே குனிவாக இலைக் கவரங்களைக் கவிழ்த்து துக்கம் கொண்டாடுகிறது.

ஆற்றுப்பாலத்துச் சுவர்ப் பக்கம் கடத்து வள்ளம் நிறைய மழையின் கலக்கல் நீர் நிறைந்து, ஆற்றில் மூழ்கிப் போகாமல் இழுத்துக் கட்டிய கயிற்று வடத்திற்குக் கட்டுப்பட்டு அனாதையாகக் கிடக்கிறது.

தாமோதரன் பாலத்தின்மேல் வந்து நின்று எல்லா வற்றையும் ஒருமுறை பார்த்தான். பேய் மழை ரொம்ப வும் வினாசங்களை வருத்திக் குலைத்திருந்தது. பெரிய பாதையில் ஆள் நடமாட்டமே குறைந்து போயிருந்தது. எப்பொழுதாவது ஆட்களை ஏற்றிக்கொண்டு நிவாரண முகாம்களுக்கு வேகமாகப் போகும் லாறிகளின் இரைச் சல் மட்டும் தடபுடல் பட்டுக்கொண்டிருந்தது. ஆற்றின் மணல்ப்புரைத்திட்டு நிறைய மழை வெள்ளம் தேங்கி நின்றதில் நாலைந்து எருமை மாடுகள் படுத்துக்கிடந்தன.

எங்கிருந்தென்றில்லாமல் நிறைய ஏரோப்ளேன் தும்பிகள் பறந்து பறந்து, கலக்கல் நீரை வந்து முகருவதும், லட்சியமில் லாமல் நெடுகப் பறந்து போவதுமாக இருந்தன. தண்ணீரில் படுத்துக்கிடந்த எருமைகளின் கொம்புகளின்மேல், ஒன்றிரண்டு நனைந்த காகங்கள் வந்து அமருவதும், எழுந்து பறப்பதுமாக, நசநசத்தது.

நனைந்த கோலத்தில் தாமோதரன் திண்ணையேறி வந்த போது, அங்குசாமி புகைத்துக்கொண்டிருந்த பீடியை வேக மாக வெளியே வீசியெறிந்துவிட்டு ஆவலோடு எழுந்துநின்றார்.

"என்ன டேய், என்ன ஆச்சு? மழை கொஞ்சம் வெறிச் சிருக்கே. என்னதாவது கோளுண்டா?"

பங்கி, உள்ளே இருந்து ஒரு துணித்துண்டை எடுத்து வந்து, "ஈரத்தை மாற்றீட்டு நிண்ணு பேசு தாமோதர அண்ணா. இந்தா ... இந்த துவர்த்துமுண்டு எடுத்துக்கோ" என்று கொடுத்து விட்டு உள்ளே போனாள்.

"மழை பிடிச்சு இப்போ நாளெத்தனை ஆச்சு? இண்ணைக்கு விடிஞ்ச ஓடனே கொஞ்சம் தூற்றல் மாறினதினாலே வெளி யிலெ எல்லா சங்கதிகளும் செம்மை ஆயிருமா? எறங்கிப் பார்த்தாலல்லவா தெரியும்? நாம இங்கே ஓட்டைக் கரையிலெ ஓலை வச்சு அடச்சுக் கொண்டாவது ஒதுங்கி இருக்கிற தினாலெ ஒண்ணும் தெரியல்லே. ஆற்று வட்டம் வயல்க் கரையிலேயும், ஏலா வட்டங்களிலேயும் ஒற்றக் குடிசைகூட மிச்சமில்லெ. எல்லாம் ஒழுக்கு வெள்ளம் அடிச்சுக்கொண்டு போயாச்சு. ஆளுகளையெல்லாம் இப்போ பள்ளிக்கூடங்களிலை யும், சினிமாக் கொட்டைகளிலையும் தாமசிப்பிச்சிருக்கா. ஒருக்கெ அக்கரைக்குப் போணுமானாக்கூட, இனி ஒரு வாரத் துக்கு முடியாது. கடத்து வள்ளம் பூரா செளியும் வெள்ளவு மாயிட்டு கெடக்கு. இல்லாட்டாலும், ஆற்று ஒழுக்கும் சுழியும் கொறையணுமானா நாளெத்தரை ஆகணும்? அதுக்குப் பெறவல்லவா மற்ற காரியம்?"

"என்ன காலம் மறிஞ்ச காலமாயிப் போச்சு. எனக்கு அறிவு வந்த காலத்திலே இப்பிடி ஒரு தாரித்திரியம் பிடிச்ச மழையும் கண்டதில்லே. பட்டினியும் கெடந்ததில்லே. நீ என்ன செய்தே? வெளியிலே சாயையோ மற்றோ குடிச்சியா?"

"நம்ம புஷ்கரன் சாயக் கடை வடக்கேப்புற சுவரு இடிஞ்சு போச்சு. அவன் சாயைக் கச்சவடம் நிறுத்தி வச்சிருக்கான். மேலக்கரை முக்கு ரோட்டுக்குப் போனா சாயை குடிக்கலாம். காசு வேணுமே ..."

“அந்த மூதி ஏதோ ஒரு பாத்திரம் எடுத்து வச்சிருக்கா. எடுத்துக் கொண்டுபோ. விக்கவோ, பணயம் வைக்கவோ செய்து, காரியத்தைப் பாருங்கோ. எத்தரை நாளுதான் பட்டினி கெடக்க முடியும்?”

மழை விட்டும் தூவானம் ஓயவில்லையென்பது போல மழை தணிந்திருந்தும், வானத்தில் பூராப்பும் குமுறலும் அப்பிடியே கவிந்திருந்தன. வேலையின்மையினாலுள்ள வெறுமையும் இயலாமையினாலுள்ள வேதனையும், இப்போது தாமோதரனைக்கூட ஒருவாறு அசத்தியிருந்தது.

அங்குசாமி தன்னால் இனி எதுவுமே முடியாதென்ற தளர்வு நிலைக்கு தலைகுப்புற வீழ்ந்துவிட்டார். வீடும் சுற்றமும் வாழ்க்கையும் எல்லாம் இருளில் மூழ்கிவிட்டதுபோல் தோன்றியது.

“இப்பிடியே இருந்தா போம் வழி என்ன? அண்ணன் ஒண்ணு கடவுவரை போய்ப் பார்த்துவிட்டு வந்தாக் கொள்ளாம். அக்கரையிலெ ஏதாவது கிளையலோ மறியலோ இருந்தாலும் போயிட்டு வரலாம் . . .” என்று பங்கிதான் ஆரம்பித்தாள்.

“ஏய் மூதேவி, ஒண்ணு சும்மா கெட. இந்த குற்றா குற்றி மழையிலெ கிளையலும் இல்லே. மறியலும் இல்லே. இனி உன்னத்தான் கொண்டுபோய் கிளைச்சு குழிவெட்டி வைக்கணும். அப்பத்தான் என்னெப் பிடிச்ச சனி ஒழியும். பாவம், அந்த பயலுக்கும் ஒரு வழி பெறக்கும் . . .” என்று சீறினார், அங்குசாமி.

“அண்ணன் இதென்ன வர்த்தமானம் பேசுதியோ? பாவம் அவ பொண்ணு. என்ன செய்யும்?”

“ஏய் நீ, கொஞ்சம் பேசாமெ இரி. இந்த பெண்ணு இருக்கிற காலம்வரை உனக்கும் மேல் கதியில்லெ, எனக்கும் எழுந்தேற்றம் இல்லே, பாத்துக்கோ. நான் வந்து ஏறின காலம் தொட்டு அறிஞ்சும் பாத்தும் வாறதுதானே . . . முழுக்க குடிச்சு தாகம் தீருமுன்னாலெ இட்டு ஓடச்சது மாதிரி அவ, தங்கம்ம, போய் சேர்ந்தா . . . பின்னெ என்ன இருக்கு? சிறகு ஒடிஞ்சது மாதிரி இப்போ நானும், என் புகையும் கண்டிட்டு தான் இது அடங்கும். என்னெக்கொண்டு ஒண்ணும் சொல்லிக்கண்டாம் . . .”

“என்னை என்னத்துக்கு இப்பிடி பச்சையோட கடிச்சுத் திங்கணும். நான் இருக்கிறது பாரமானா விட்டிட்டாப் போரும். ஆறுதான் எனக்கு சோறு தந்தது. அந்த ஆற்றிலேயே போய் விழுந்திடுதேன். உங்களுக்கெல்லாம் தொந்தரவு தீரும் . . .”

“ஏய் வெறுவாக்கலம் கெட்டதே, போ. இப்பவே போ. இங்கே ஆருட்டெ உன் பூச்சாண்டியெல்லாம் காட்டுதே . . .”

“அண்ணன் கொஞ்சம் சும்மா இருக்க மாட்டேளா? நாக்கு வளஞ்சா வாக்குகள் என்ன வேணுமானாலும் வரும். புத்தியுள்ள ஆளு அவசியத்துக்குத்தான் நாக்கு வளைக்கணும்ணு அண்ணன் எத்தரையோ தடவை சொல்லீட்டுண்டும் . . . அது பொட்டை பெண்ணல்லவா. பல காரியங்கொண்டும் அதுக்கும் வேதனைகள் காணும். அப்போ ஓரோண்ணு தன்னறியாம வரும் . . .”

“இல்லாட்டாலும் நான்தான் டேய் குற்றக்காரன். தங்கம்மை கதை முடிஞ்ச ஒடனே நானும் என் போக்கே போயிருக்கணும். மனுஷ்யத்தம் பாத்ததினாலே இவ்வளவு தூரம் ஆச்சு . . .”

இந்தக் குமைச்சலும், அவதியும் பொறு பொறுப்பும்கூட நீண்டு போகவில்லை. மறுநாளே தாமோதரன் அக்கரையில் சூளைக்கு மண்ணு கூட்டு வேலை இருப்பதாக வந்து சொன்னான். மழையினால் தாறுமாறாகிவிட்ட சூளை அடுப்புகளையும் ஓலைக் கொட்டகைகளையும் சீர் செய்ய உடனடி ஆட்கள் தேவைப்பட்டது. ஆற்றில் வெள்ளம் கரை கவிந்து போய்க்கொண்டிருந்தாலும், உள் இழுப்பு குறைந்திருந்ததினால் வள்ளமேறி அக்கரைக்குப் போவது என்று தீர்மானிக்கப்பட்டது. கீழ்க்கரையிலிருந்து கொஞ்சம் பேர் வேலைக்கு வருவதாக இருந்தது. ஆக, விடிந்தால் வேலைக்குப் போகும் மகிழ்ச்சியில், பங்கி தற்காலிகமாக ஏற்பட்ட கசப்புகளையும் கஷ்டங்களையும் மறந்து, பொழுது விடிவதற்காக உறங்கினாள்.

34

கிழக்கு வெளுக்கும் முன்னாலேயே எல்லோரும் ஆற்றங்கரைக்கு வந்துவிட்டனர். வீட்டிலேயே அடைந்து கிடந்ததினால், வேலை செய்ய முடியாவிட்டாலும் தானும் வருவதாக அங்குசாமியும் உடன் புறப்பட்டிருந்தார்.

"அப்பன் தேகத்துக்குக் கழியாமெ ஒண்ணும் செய்யாண்டாம். வெளியே இறங்கப் பாங்கில்லே. நல்ல தணுப்பும் இருக்கு. பெட்டியிலெ அலக்கின முண்டு இருக்கு. அப்பன் உடுத்தீட்டு வரட்டும்..." என்று சலவை செய்து வைத்திருந்த வேஷ்டியை அங்குசாமிக்கு எடுத்துக்கொடுத்தாள் பங்கி.

மழை வெறித்ததுபோல் இருந்தாலும், வானம் இன்னும் வெளிவாங்காமல், போர்த்திக்கொண்டு தூங்கும் கறுப்பி போல இருட்டோவென்றுதான் கிடந்தது.

பாலக்கடவிலிருந்து கடத்து வள்ளத்தை அவிழ்த்து இழுத்து வந்த தாமோதரன், இழுத்தோடும் ஆற்றைப் பார்த்தான். இரண்டு ஆறுகளின் அந்தச் சங்கம சமவெளி மெல்லிய காலை இருளில் பிரம்மாண்ட நீர்வெளியாகத் தோற்றமளித்தது. "அண்ணே, நினைக்கிற மாதிரி இல்லே. உள் இழுப்பு அதிகம் இருக்கும்போல இருக்கு. காற்றுகூட கீழ் இழுப்பாத்தான் வீசுது. புளிச்சக் காற்று. மலையிலெ மழை பெய்தாக்கூடெ வெள்ளம் நிமிஷத்திலெ வந்திரும்... எதுக்கும் நான் மாத்திரம் ஒண்ணு தொழஞ்சு போய் பாத்து வந்த பொறவு எல்லோரும் போவோம். இல்லாட்டா, பாலம் ஏறி, ஏலாய் சுற்றி நடந்து போயிரலாம், அக்கரைக்கு. கொஞ்சம் சுற்று நடக்கணும்ணுள்ள காரியந்தானே?" என்று தயங்கி ஈரெட்டாகப் பேசினான், தாமோதரன்.

"நீ என்ன பேடிச்சாத்தானா இருக்கேடேய். மழை கொறஞ்சு பஞ்சுக்காற்று வீசுது. இப்பொவொண்ணும் புதிய வெள்ளம் வராது. ஆறு நம்ம ஆறு. இளுத்தாலும் சுழிச்சாலும் எவ்வளவு தூரம்ணு நமக்குத் தெரியாதா? சும்மா வள்ளத்தை எறக்கு. ஏறுங்க ஆளுகளெ, உங்களுக்கும் பேடியா?" என்று அங்குசாமி முதலில் முன் வந்து வள்ளத்தினுள் ஏறி முகப்புக் குறுக்குப்படியில் அமர்ந்துகொண்டார்.

"ஹோ, வருஷக்கணக்கு ஆனதுபோல இருக்கு, வள்ளத்தைத் தொட்டு . . ." என்று புளகாங்கிதம் அடைந்தார். மற்றவர்களும், மேலும் தயங்கினால் தங்களையெல்லாம் கையாலாகாத பயந்தாங்கொள்ளிகளாக அங்குசாமி எண்ணிவிடுவார் என்று ஒவ்வொருவராக ஏற ஆரம்பித்தனர்.

"ஏறுங்க, ஏறுங்க. அண்ணன், எல்லாம் பழையதுபோல ஆக்கும்ணு நினைச்சிட்டாக்கும் இருக்கு . . . ஆறு நம்ம ஆறுதான். ஆனா எல்லாம் இப்போ தலைகீழாக மாறியிருப்பதை அண்ணன் அறியல்லே. அதும் புதிய வெள்ளம் வந்து சுருங்கும்போ, உள்மட்டம் எப்பிடி இருக்கும்ணு சட்டுண்ணு தீருமானிக்க ஒக்காது . . . பங்கீ நீயேன் மடிச்சு நிக்கே? எல்லாரும் ஏறியாச்சு. நீயும் ஏறு. நான் ரெடி . . ." என்றவாறு மூங்கில் கழியையும் எடுத்துக்கொண்டு, வள்ளத்தைத் தள்ளிவிட்டு ஏறிக்கொண்டான், தாமோதரன். பங்கி ஒருகணம் தாமோதரனைப் பார்வையால் தழுவினாள். பிறகு சடக்கென்று தானும், வள்ளத்தில் ஏறிக்கொண்டாள்!

கிழக்கே இருந்து காற்று குளிராகப் பலக்க வீசிக்கொண்டிருந்தது. கீழ்வானம் கொஞ்சம் வெளுத்து கருக்கட்டி, காலை வெளிச்சம் மங்கலாகப் பரவ ஆரம்பித்திருந்தது. ஆற்றை எதிர்த்து ஒன்றிரண்டு வெண்கொக்குகள், எங்கோ ஏதோ வைத்திருப்பதை எடுக்கப் போவதுபோல், அவரசமாகப் பறந்து போய்க்கொண்டிருந்தன. கீழ்வான மங்கலில் அந்தப் பறவைகள் எங்கே போய் மறைந்ததோ தெரியவில்லை!

வள்ளம், ஒழுக்கு வாக்கில் இழுத்து சுகமாக மிதந்து தாமோதரனின் ஒற்றை ஆள் துழாவலில் நேராகப் போக ஆரம்பித்தது. "இருக்கக்கூடியவங்க ரெண்டு சைடிலையும் ஒரே சீரா இரிங்க. இடது பக்கம் கொஞ்சம் லம்புது." முளங்கழியை நீரில்விட்டு இறக்கி, துழைந்தவாறு கத்தினான், தாமோரன்.

"எடேய், ஏங்கிடந்து கத்துதே. ஒண்ணும் லம்பாது. நீ கழியை ஒழுங்காப் பிடி . . ." என்றார், அங்குசாமி.

சூரியன் உதித்து ஏறிவரும் திசையில் பெரிய கருமூட்ட மேகத்திரள் ஒன்று, பிரமாண்டமாக எழுந்து ஒளியை மறைத்துக்

கொஞ்சம் கொஞ்சம் பெரிதாகிக்கொண்டே வந்தது. விடியாப் பொழுதின் அரண்ட ஒளி மேலும் வெளிறி, ஆற்றின் கலக்கல் வெள்ளம் கறுப்பாகப் பாய்ந்து ஓடிக்கொண்டிருந்தது.

வள்ளம் ஆற்றின் நடுப்பகுதியில் போகப் போக ஒழுக்கும் உள் சுழற்சியும், தாமோதரன் பயந்தது போல அதிகமாகத்தான் இருந்தது. ஊன்றி அழுத்தும் முளங்கழியை, கையின் பலத்தையும் மிஞ்சி நீரின் உள்வேகம் இழுத்தது. தாமோதரன் ரொம்பவும் பிரயாசைப்பட்டான். "சுழி ரொம்ப கஷ்டம் கொடுக்குது. ஆராவது ஓராளு கூட வந்து தொழைஞ்சால் கொஞ்சம் எதமாக இருக்கும் . . ." சொல்லிக்கொண்டிருக்கும் போதே வள்ளம் ஒரு சுற்றுசுற்றித் திரும்பியது.

"பிடிங்க பிடிங்க . . ." என்று தாமோதரன் சத்தம் போட்டான். உட்கார்ந்திருந்ததில் இரண்டு ஆண்பிள்ளைகள் தாமோதரன் பக்கம் எழுந்து வந்தனர்.

பங்கியும் மற்ற இரண்டு பெண்களும் 'குய்யோ' வென்று அலறினார்கள். ஒரு கணத்தில், என்ன நடக்கிறதென்றே நிதானிப்பதற்குள், தாமோதரன் கைமுளையோடு சளக்கென்று வெள்ளத்தில் வீழ்ந்தான். வள்ளம் ஆட்களுடன் ஒரு சுழல் சுழன்று, சடக்கென்று பெரிய பெட்டியை டப்பென்று மூடியதுபோல வெள்ளத்தில் கவிழ்ந்தது.

அவ்வளவுதான்!

சிறிது நேரம் ஒன்றுமே இல்லை. கிழக்கின் கருமேக மூட்டம் விலகி, சூரியன் திரை மறைந்த விளக்கு போல மங்கலாக ஏறி வந்துகொண்டிருந்தது. தொலைவில் கரை மேட்டில் நின்ற யாரோ ஒருவன் "கடத்து வள்ளம் நடு ஆற்றில் முங்கியே . . .!" என்று கத்தியவாறு, பாலத்தின்மேல் ஏறி ஓடினான்.

– கூட்டமும் பரபரப்பும் ஆகி, நன்றாகப் பொழுது விடிந்து ஏறியபோது, பாலத்தின் அடியில் ஆறுமட்டும் நிறைந்து வழியும் பெருமிதத்தில் வேகமாக ஓடிக்கொண்டிருந்தது.

"நல்ல ஒழுக்கு இருக்கு. கீழேக் கடவிலே போனா ஆளெப் பிடிக்கலாம். எல்லாம் ஆற்று ஜோலிக்காரங்கதான். உள் சுழியிலிருந்து தப்பிச்சா நீந்தி வந்திருவா . . ." என்றவாறு, கூட்டம் தொலைவிலுள்ள கீழக்கடவை நோக்கி ஓடியது.

பொழுது ஏறி வந்ததே தவிர, வெயில்தான் வரவில்லை. ஆற்றில் வள்ளம் கவிழ்ந்ததும், அதில் பிரயாணம் போனவர்கள் தாமோதரனும் அங்குசாமி கூட்டாளிகளும் என்று அறிந்த போது, சுற்று வட்டத்தினர் பரபரப்பு அடைந்தனர்.

“அட, இவ்வளவு விவரமுள்ள ஆளுகள் எப்பிடியப்பா இந்த உள் சுழியுள்ளப்போ ஆற்றிலெ எறங்கினா? இப்போ பெற்ற பிள்ளைக்குக்கூட புதிய வெள்ளம் வந்தா, நடு ஆற்றிலெ சுழி இருக்கும்ணு தெரியுமே? அங்குசாமி மூப்பனும் இதுக்கு சம்மதிச்சாரா?”

“எந்த மூப்பனாயிருந்தாலும் நேர பலம் ஒத்திருந்தாத்தான் நல்ல புத்தி தோணும்... இப்போ எறங்கித் தேடணுமா? வெள்ளத்திலெ தலை வல்லதும் காணுதாண்ணுள்ளதல்லவா காரியம்.”

கூட்டம் பலவாறாகப் பொருமிக்கொண்டிருக்கும் போதே, கீழேக் கடலில், அடித்து நீந்தி, பெருமூச்சும் இழைப்புமாக, படபடவென்று உதறியவாறு வந்து கரையேறினான், தாமோதரன். அவனது பரிதாபமும் தளர்ந்த நிலையும் அவனை ஊமையாக்கிவிட்டிருந்தது.

“ஆறுபேரு உண்டாயிருந்தோம்... எல்லாரும் கரையேறி விட்டாளா?” என்று பரபரப்போடு குளறினான்.

“எல்லோரும் வருவா. நீ வெப்ராளப்படாமெ இரி. வெள்ளம் ஒருபாடு குடிச்ச லெட்சணம் உண்டுமே. பிடியுங்கப்பா அவனை...” என்று பராமரிப்பினிடையே, “அதோ, இனியும் ஒராள் நீந்தி வருது... பிடியுங்கோ... பிடியுங்கோ...” என்றனர்.

ஒவ்வொருவராகத் தளர்ந்தும், குழைந்தும், குற்றுயிரும் குலை நடுக்கவுமாக நீச்சலடித்து கரையேறி வந்தனர்.

ஒன்று, இரண்டு, மூன்று – மூன்று ஆண் பிள்ளைகளில் அங்குசாமிகூட, கரையேறி வந்துவிட்டார். பெண்களிலும் இரண்டு பேர் வந்து ஏறினர்.

“இன்னம் உண்டுமா அப்பா? எல்லாம் வந்தாச்சா?”

பார்த்துப் பார்த்து வந்தபோது ஒராள் மட்டும் கரையேற வில்லை என்று தெரிந்தது.

“யாரப்பா அது, ஒராள்?”

“பொம்பிளைங்க எத்தரை பேரு?”

“மூணு...”

“ஆனா, இனி ஒரு பெண்ணாப் பிறந்தா வரணும். ஆரது?”

“பங்கி வந்தாச்சா?” என்று உரக்கக் கத்தினான் தாமோதரன்.

“பங்கியா?” என்று ஈரக் கோலத்தில், அப்பொழுதுதான் சுயபிரக்ஞை வந்தவராக சுற்றுமுற்றும் பார்த்தார் அங்குசாமி.

...வெள்ளம் தலைக்குமேல் போகிறது. வாயினுள் புகுந்த வெள்ளத்தை இரண்டு மிடர் விழுங்கிவிட்டு சட்டென்று மூச்சை அடைத்த வேகத்தில், காலின் கீழ் நீர் அழுத்தத்தை ஒரு மிதிமிதித்து, எம்பி, மேலே வர முயன்றபோது, யாரோ பிராணதுரிசத்தில் தன் காலை கெட்டியாகப் பிடித்து இழுப்பதை உணருமுன், மறுகாலால், பிடித்த வேகத்தை அழுத்தி ஒரு உதை... உதை விழுந்தது பெண் பிள்ளை உடம்பு என்பதை, கலைந்த கூந்தல் கால் விரலில் குருக்கிட்டதினால் உணர முடிந்தது. எல்லாம் ஒரே கணம். பிராண பயத்தின் ஒரு நிமிஷ நேரம்! அங்குசாமி நீர் மட்டத்து மேலே வந்துவிட்டார். தனது கையின் இயலாமைகூட எப்படி தெரியாமல் போயிற்று என்று வியந்தவாறு துழாவி, கரை வந்து ஏறிய நினைவு...

"பங்கீ... நீயா அது!"

கரையில் நிறைந்த கும்பல், ஆளுக்கொன்றாகப் பேசிக் கொண்டிருந்தது.

"இந்த மாதிரி மழைக்காலத்திலெ, என்னதான் மழை விட்டிருந்தாலும், ஆற்றைப் பற்றித் தெரிஞ்சவன் வள்ளம் எடுக்க மாட்டான். மனுஷனுக்கு அத்தியாக்கிரகம் வந்தா ஆற்றைக் குற்றம் சொல்லி பிரயோசனமில்லே...என்ன மடத்தனம் காணிச்சிருக்கா..."

"சே, அந்த பெண்ணு, பங்கியெ அல்லா காணலியாம். பாவமே."

"ஏது பங்கீ? அங்குசாமி மூப்பனுக்கெ மக பொண்ணு பங்கியா?"

தாமோதரன் அரற்றிக்கொண்டே, அரை உணர்வில் கரை மேட்டில் படுத்திருந்தான். அங்குசாமிக்கு நன்றாக பிரமை நீங்கிய உணர்வு திரும்பியிருந்தது.

பங்கி இனி வரவே மாட்டாள் என்று அவருக்கு மட்டும் நிச்சயமாகத் தெரிந்திருந்தது.

"மழை இந்த மட்டோடு போகாது போலிருக்கே..." யாரோ சொல்கிறார்கள்.

அங்குசாமி, நெஞ்சைத் தடவியவாறு வானத்தைப் பார்கிறார். மேற்கு அடிவானத்திலிருந்து கருமுகில்கள் நிறைய எழுந்து, பெருகிப் பெருகி வந்துகொண்டிருக்கின்றன.

காக்கைக் கூட்டம் ஒன்று, இருட்டு வந்துவிட்டதாக எண்ணி, அவசர வேகத்தில் தெற்குப் பக்கமாகப் பறந்து போகிறது.

கரையின் களேபரத்தையும், நிகழ்ந்துவிட்ட அவலத்தை யும் லட்சியம் செய்யாது கலங்கிய வெள்ளத்திமிர்ப்பில் உள் சுழிந்து ஆறு கதை நிறைந்த கம்பீரத்தில் ஒழுகிக்கொண் டிருந்தது.

வழக்குச் சொற்கள்

இடவப்பாதி	– ஆண்டுதோறும் வைகாசி மத்தியில் தொடங்கிக் கிட்டத்தட்ட விடாமல் 3 மாதம் பொழியும் மாரிக் காலம்
கடவு	– துறை
கேக்காண்டாம்	– கேட்க வேண்டாம்
மூட்டிலே	– அடியிலே
ஓலிச்சு	– ஒழுகி
சுள்ளை	– சூளை
தூம்பா	– நீண்ட கைப்பிடியுள்ள மண்வெட்டி
பணிப்புரை	– தொழில் புரியும் அறை
அத்தியாக்ரகக்காரன்	– பேராசைக்காரன்
மஞ்ஞு	– மூடு பனி
கோளு	– கிராக்கி
ஆற்றுத்தொடி	– பள்ளம்
ஆதி	– கவலை
குட்டை	– கூடை
கோரி	– வாரி
காணிச்சு	– காண்பித்து
பிடிர்ணு	– விரைவாக
பட்டி	– நாய்
அம்மச்சி	– அம்மா
தன்றேடம்	– தன்னம்பிக்கை
தேங்காய்த் தொண்டு	– மட்டை
வெக்கம்	– வேகம்
செணம்	– விரைவில்
கூட்டரும்	– தரப்பினரும்
போதம் கெட்டு	– நினைவிழந்து
அறும்பாதம் வருத்தாமே	– முடிவுதேடாமல்
அனக்கம்	– அசைவு
சேஷியும்	– திடமும்
முறி	– அறை
வல்லதும்	– ஏதும்
தள்ளை	– தாயார்
மோகாலஸ்யம்	– மயக்கம்
மடுத்தாச்சு	– அலுத்தாச்சு
தறவாடு	– பாரம்பரியமான குடும்பம்
வல்லாமெ	– எப்படியோ
திவசமாயிட்டு	– நாட்களாக

மிண்டுகூட	–	'உம்' மென்றுகூட
பாவத்தான்	–	ஐயோ பாவம்
பெரைக்கு	–	வீட்டுக்கு
பாளைத்தொப்பி	–	பனை ஓலைத் தொப்பி
திரிப்பேன்	–	புறப்படுவேன்
ஆயி	–	கடைசியில்
ஒக்கல்லே	–	முடியவில்லை
பிடி	–	பெண் யானை
வெப்ராளம்	–	அவஸ்தை, பரபரப்பு
கல்ப்பிச்சுதான்	–	வருவது வரட்டும் என்றுதான்
பெகளம்	–	ரகளை
தாத்த	–	தாழ்த்த
நொம்பலம்	–	வலி
திரியிது	–	உழல்வது
நீரு	–	வீக்கம்
சீத்த	–	கெட்ட
வள்ளக்காரன்	–	படகுக்காரன்
மூங்ஙா	–	ஆந்தை
பேரக்காய்	–	கொய்யா
ஆடலோட	–	ஆடுதொடா
தொறப்பை	–	துடைப்பம்
கொள்ளாம்	–	தேவலை
தூத்துக்கூட்ட	–	பெருக்கிக் கூட்ட
சீலம்	–	பழக்கம்
கேறி	–	ஏறி
பேடிச்சு	–	பயந்து
பதிவு	–	வாடிக்கை
கொள்ளாமே	–	தேவலையே
பூச்சை	–	பூனை
தரக்கேடில்லியே	–	பரவாயில்லையே
அப்பூப்பன் விளிக்கிணு	–	தாத்தா கூப்பிடுகிறார்
சுவைச்சு இறக்கி	–	கடித்து விழுங்கி
ஆத்யம்	–	முதலில்
பேடிச்ச	–	பயந்த
பதுக்கெ	–	மெல்ல
அனக்கம்	–	அசைவு
கொச்சு	–	குழந்தை
சிறியும்	–	உதடும்
முஷிஞ்சிருக்கும்	–	அலுத்திருக்கும்

கச்சவடம்	–	வியாபாரம்
சூத்ரம்	–	தந்திரம்
வல்லதும்	–	ஏதாவது
ஒண்ணராடம்தான்	–	ஒரு நாள் விட்டு ஒரு நாள்
கண்டமானம்	–	நிறைய
பாளையந்தோடன்	–	ரஸ்தாளி போன்ற ஒரு வகை வாழை
நேர்ச்சை	–	வேண்டுதல்
ஏலாக்களான	–	தோட்டவெளி
வைகுன்னேரம்	–	மாலை நேரம்
பரிபாடி	–	நிகழ்ச்சி
நேரியல்	–	சரிகை வேஷ்டி
பஸ்மக்குறி	–	விபூதி
விஸ்வாசம்	–	நம்பிக்கை
தளச்சை	–	தளர்வு
நல்லப்பம்	–	முதன்முதலில்
பெருமாறி	–	பழகி
கொறச்சிலாயிட்டு	–	வெட்கமாக
விளை	–	தோட்டம்
ஆவதில்லா	–	தெம்பு
கம்போளம்	–	கடைவீதி
விசேஷிச்சு	–	முக்கியமாக
பரணம்	–	ஆட்சி
சக்ரம்	–	திருவிதாங்கூர் செம்பு நாணயம்
அறைக்கல்லே	–	தயங்கவில்லை
கேற்றம்	–	ஏற்றம்
பிரிட்டிஷ் ரூபா	–	ஆங்கில அரசாங்கத்தின் சக்ரவர்த்தி உருவம் பதித்த வெள்ளி நாணயம்.
காலத்தெ	–	காலையில்
ஆழ்ச்சையிலே	–	வாரத்தில்
காடி	–	கழுநீர்
சேஷியும்	–	உடல் பலமும்
சிங்ஙமாசம்	–	ஆவணி மாதம்
பண்டே	–	முன்பே
சவறு	–	குப்பை
ஈயொள்ளவன்	–	நான்
அயச்சு	–	தளர்த்தி
இரி	–	உட்கார்
வள்ளம்	–	படகு
சுவையோடு	–	உருக்கமாக

பூஜை எடுப்பு	–	ஆயுத பூஜை நாளில் மாட்சிமை தங்கிய மன்னர் பிரான் பூஜைப்புரை எனும் இடத்திற்கு வெண் குதிரைகள் பூட்டிய தங்கரேக்கு ரதமேறி ரதகஜ பரிவாரங் களோடு ஊர்வலம் போகும் தசராவிழா.
சல்யம்	–	தொந்தரவு
கப்பலண்டி	–	வேர்க்கடலை
வலிய	–	பெரிய
கொதி	–	ஆசை
சாலைக் கம்போளம்	–	'சாலை' எனும் வட்டாரப் பெயர் கொண்ட ஒரு பெரிய கடைவீதி.
பிள்ளேரெ	–	பிள்ளைகளை
ஒண்ணீ, ஆசான் தலைக்கு மேலெ	–	'ஏறினால் வாத்தியார் உச்சி மேலே இல்லாப் போனால், பாடாலைக்கு வெளியிலே என்ற பொருள்படும் மலையாளச் சொலவடை
கரைச்சில்	–	அழுகை
சீத்தப்பேரு	–	கெட்ட பெயர்
ஆக்ரகம்	–	ஆசை
சகிரி	–	தேங்காய் நார்
மடிப்பு	–	அலுப்பு
துஷிச்சுதான்	–	கெட்டுத்தான்
வல்லாய்ம	–	ஒருமாதிரியாக
அலவலாதிகள்	–	ஏனோதானோக்கள்
விஷமத்திலெ	–	மனசங்கடத்திலே
தெற்றுகாரங்களாயிட்டு	–	தவறுசெய்தவர்களாய்
மோந்தி	–	மாலை
பனி	–	காய்ச்சல்
சதச்சிட்டு	–	நசுக்கி
ஆக	–	முழுவதும்
பரிசரித்தான்	–	உபசரித்தான்
பாவம்	–	சாது
வழக்கு	–	சண்டை
புத்திமுட்டி	–	கஷ்டப்பட்டு
சங்கிலே	–	நெஞ்சில்
மாச்சப்பட்டிருக்கவும்	–	மாய்ந்துபோகவும்
தரம்	–	வரன்
கச்சவடம்	–	வியாபாரம்
வல்லிய சேல்	–	நல்ல அழகு
அம்ம வீட்டிலெ	–	அரண்மனை வீட்டில்
பாடும் குறச்சிலும்	–	கஷ்டமும் அவமானமும்
தடியும்	–	வலிவும்

சேட்டத்தி	–	அக்கா
மானம்	–	வானம்
குட்டை	–	கூடை
பொளிச்சிட்டு	–	பிரித்துவிட்டு
மட்டுப்பா	–	மொட்டைமாடி
இடவம்	–	வைகாசி
மிதுனம்	–	ஆனி
கர்க்கடகம்	–	ஆடி
நீக்கம்பு	–	சாபம்
ஒருக்கெ	–	ஒருதடவை
செளியும் வெள்ளவுமாயிட்டு	–	சகதியும் நீருமாக
பூராப்பும்	–	மூட்டமும்
மறியலோ	–	ஆழ தோண்டுவது
பாங்கில்லே	–	முடியவில்லை
தணுப்பு	–	குளிர்
அலக்கின	–	சலவை செய்த
பேடிச்சாத்தானா	–	பயந்தாங்கொள்ளியாக
லம்புது	–	ஆடுது
வெப்ராளப்படாமெ	–	பரபரப்பு அடையாமல்
சரல் மண்	–	சரளைக் கல்லும் மணலும் கலந்து பாவிய பாதை, தார் இடாதது
பால மரம்	–	சவுக்கு போன்று உயரமாய் வளரும் மரம்
பொடி பூரம்	–	பூரம் திருவிழா போன்று சிறிய அளவில் நடைபெறும் விழா.
எறப்பு	–	சாய்வாக அமைத்த கூரை
கைலி	–	லுங்கி
கட்டி சன்னாரம்	–	குழந்தை பால் குடி மறப்பதற்காக பெண்கள் மார்பில் தடவிக்கொள்ளும் ஒரு கசப்பு மருந்து
கூலி	–	வேலையாள்
புலச்சி, தண்டத்தி, பணிக்கத்தி, ஈழத்தி	–	தாழ்ந்த குலப் பெண்கள்
பொறுதிக்காரன்	–	ஒண்டுக் குடியிருப்பவன். உடன் வகிப்பவன்
பதிவிக்கது	–	வழக்கமானது (எதிர்பதம் பதிவில்லாதது)
பீனி	–	சிட்டு போன்ற சிறிய பறவை
சேரை	–	விஷமற்ற ஒருவகைப் பாம்பு
எழஞ்சு போவது	–	இணக்கமாகச் செல்வது
வேலில் காய்த்த பலா	–	எளிதாக பறிக்கும் வகையில் தாழ்வாகத் தொங்கும் பலா காய்கள்
கசேரி நாற்காலி	–	திரண்டும் ஒன்றுதான் எனினும் நாற்காலிக்கு நான்கு கால்கள். செயருக்கு முதுகு உண்டு

கடவு காண்ட்ராக்ட்	–	படகுகளை வாடகைக்கு விடும் உரிமையாளர்
வல்ல மூப்பன்	–	படகுகளுக்கு சொந்தக்காரன், வயதானவன்
பதிவுக் காரியம்	–	வழக்கமான வேலைகள்
கோமரத்தாடி	–	சிறு தெய்வக் கோயில் விழாவின்போது ஆவேசம் வந்து ஆடுபவர்
ஈரத் துணியை பூனைத் தலை மேல்	–	அமைதியற்றுத் திரிதல்
தட்டுப் பந்தல்	–	சாய்வில்லாது நேராக அமைத்த பந்தல்
ஓடம்	–	தெய்வத்துக்கு காணிக்கைகள் இடும் படகு போன்ற அமைப்புள்ள உருளி
பொய் கரகம்	–	சிறிய அளவிலான தாகம்
அச்சாத்து	–	வழக்கமாக நடப்பது
ஒண்ணடங்கம்	–	முழுவதும்
சிங்க மாசம்	–	ஆவணி மாதம்
சிட்டியு மட்டுமாயிட்டு	–	நல்ல முறையில்
கருக்கு வெள்ளம்	–	இளநீர்
ரெட்ட வடம்	–	இரட்டை வடக் சங்கிலி
அசம்பந்தம்	–	மடத்தனம்
வாழும் பிள்ளை	–	பிரசவ அறையிலேயே இறந்துபோகும் குழந்தை
மாடு தடிக்காலும் பாலு கொக்கை மாறாது	–	பசு கொழுத்திருந்தாலும் பாலின் சுவை குன்றாது
கீழ்க் கடவு	–	தாழ்ந்த கரை
எரணம் கெட்ட	–	அதிர்ஷ்டமற்ற, மூதேவி
கழிஞ்சு கூடி	–	இப்படியே காலம் சென்றது
தல்லி அடிச்சு	–	அடி கொடுத்து, (பழம் தானாக கனிய வேண்டும். அடி கொடுத்து பழுக்கச் செய்யக் கூடாது)
கொள்ளாம்	–	ரொம்ப நல்லது
ஈனா பூச்சி	–	குழந்தைகளைத் தின்னும் பெண் பேய்
கீழப் படாகை	–	கிழக்குப் பகுதி
மறி மாயம்	–	தகடு தத்தம், தந்திரம்
சொக்கன் ஆப்பு புடுங்கி	–	பிளந்த தடியின் ஆப்பைப் பிடுங்கிய குரங்கு
கோட்டாரியே தான் போகணும்	–	அரிசி வாங்க கோட்டாறுக்குத்தான் போக வேண்டும் (குமரி மாவட்டத்தில் பிரபலமான வியாபார இடம்)
கிளியல் மறியல்	–	மண் வெட்டுதல் போன்ற சிறிய வேலை
குட்டா குற்றி மழை	–	அடை மழை